CÔNG THỨC LASAGNA VÀ MỲ Ý THẬT SỰ

100 công thức nấu ăn hàng đầu (Sách dạy nấu món lasagna, Công thức nấu món lasagna, Sách dạy nấu ăn trước đây, Món lasagna chay, Nấu ăn kiểu Ý, Công thức làm mì ống)

Thủy Quế

© BẢN QUYỀN 2022 TẤT CẢ QUYỀN ĐƯỢC ĐẢM BẢO

Tài liệu này nhằm mục đích cung cấp thông tin chính xác và đáng tin cậy về chủ đề và vấn đề được giải quyết. Ấn phẩm được bán với sự hiểu biết rằng nhà xuất bản không bắt buộc phải cung cấp các dịch vụ kế toán, điều lệ hoặc đủ điều kiện khác. Nếu cần tư vấn pháp lý hoặc chuyên nghiệp, nên tìm kiếm một chuyên gia.

Việc sao chép, nhân bản hoặc truyền tải bất kỳ phần nào của tài liệu này, bằng phương tiện điện tử hoặc ở dạng in, là không hợp pháp. Việc ghi lại ấn phẩm này bị nghiêm cấm và mọi lưu trữ tài liệu này đều được phép mà không có sự cho phép bằng văn bản của nhà xuất bản. Đã đăng ký Bản quyền.

Cảnh báo Tuyên bố miễn trừ trách nhiệm, thông tin trong cuốn sách này là đúng và đầy đủ theo hiểu biết tốt nhất của chúng tôi. Tất cả các khuyến nghị được thực hiện mà không có sự bảo đảm của tác giả hoặc nhà xuất bản của câu chuyện. Tác giả và nhà xuất bản từ chối mọi trách nhiệm pháp lý liên quan đến việc sử dụng thông tin này

GIỚI THIỆU 8
1. MỲ Ý CÀ CHUA PESTO 9
2. HUITLACOCHE VÀ LASAGNA RAU BỤI VỚI MÌ TƯƠI 10

3. FETA VÀ LÒ Mỳ ống 12
4. SPIRELLI VỚI SỐT CÀ CHUA, ĐẬU LẠNH VÀ FETA 13
5. MỲ Ý KHÔ LASAGNA 15
6. LASAGNE KHÔNG MÌ 16
7. PENNE SỐT CÀ CHUA ĐẬU GÀ 18
8. LASAGNA VỚI Ý TƯỞNG F Ý TƯỞNG (PASTA) NƠ VÀ XOẮN 20
9. Hủ tiếu chay 21
10. RAU XOẮN, RICOTTA, Giăm bông VÀ MOZZARELLA LASAGNA (MÌ MATARAZZO) 23
11 Mỳ ống và món thịt hầm với đậu phụ 26
12. LASAGNA CÁ NGỪ VỚI MÌ NHÀ LÀM 29
13. Mỳ ống LASAGNA VỚI MÓC TORTILLA VỚI CALÇOṬ I VÀ HAM 30
14. MÌ MÌ CÁ MẬP LASAGNE 32
13. Mì ống bắp cải hầm 33
16. RICOTTA LASAGNE STYLE PASTE 35
17. LASAGNE VỚI MỲ Ý MATARAZZO SẴN SÀNG 37
18. LASAGNA RAU MỲ Ý TƯƠI 39
19. Mì ống và khoai tây hầm với hành tây 40
20. KHAY Mỳ ống và phô mai với tỏi tây 42
21. LASAGNA HỖN HỢP (GÀ, THỊT VÀ RAU) 44
22. LASAGNE VỚI SỐT CARBONARA, NẤM VÀ GÀ CHIA SẺ ... 46
23. LASAGNE CÂY TRỨNG 48
24. LASAGNA HỖN HỢP 49
25. CHẢ LASAGNA GÀ 52

26. POLLO LASAGNA, A LA TAZA...!	54
27. LASAGNE BÍ ĐỎ VÀ CÀ CHUA	55
28. LASANE	57
29. LASAGNE CÂY TÍM VỚI THỊT BÒ XAY	58
30. LASAGNE TRỘN, VỚI PHÔ MAI VÀ SỐT ANH ĐÀO	61
31. CƠM LASAGNE NHÂN PHÔ MAI MORTADELLA VÀ MOZZARELLA	62
32. MẬT ONG ĐẶC BIỆT	64
33. LASAGNA CHUỐI NƯỚNG	66
34. LASAGNA THỊT	67
35. LASAGNE GÀ VÀ GIÒN	69
36. KHOAI TÂY VÀ ĐẬU LASAGNA	70
37. MÌ SOBA ĐẬU HỦ CHÂU Á	72
38. LASAGNA TRỘN GÀ VÀ THỊT	74
39. GÀ LASAGNA SỐT ĐỎ (RAGÚ)	75
40. LASAGNA THỊT	77
41. LASAGNA GÀ SỐT BÉCAMEL	78
42. LASAGNA GÀ	81
43. MÌ ĐẬU XANH VỚI ROGULA	82
44. L ASAGNE KHÔNG CÓ LÒ	83
45. LASAGNA THỊT KHÔNG CÓ LÒ	85
46. BÁNH CHUỐI	87
47. BÁNH XÀO THỊT	88
48. LASAGNA THỊT	90
49. LASAGNA NƯỚNG THỊT	92
50. LASAGNA VỚI GÀ, RAU BÚA VÀ PHÔ MAI	94

51. Mỳ ống sốt hương thảo 96
52. MỲ Ý CHAY BOLOGNESE 98
53. MỲ Ý CAM - SALMON SAUCE 100
54. PENNE SALAD SỐT PESTO CỦ CỦ ĐỎ 102
55. LASAGNE RAU BẦU NHO VỚI KEM RAU BÚN 104
56. LASAGNE CHAY VỚI RAU BÚN 105
57. LASAGNE KHÔNG CÓ BECHAMEL 107
58. LASAGNE CÁ HỒI SẠCH SẠCH 109
59. LASAGNE CÁ HỒI 112
60. LASAGNE RAU CỦ 113
61. SALAD Mỳ Địa Trung Hải 115
62. SALAD MỲ Ý RAU NƯỚNG 118
63. MÌ CÁ NGỪ 119
64. LASAGNA RAU CỦ NHANH 121
65. SỐT CÀ CHUA 123
66. SÚP ĐIỀU BRUX ELLES 125
67. SALAD Mỳ Ý VỚI PESTO GENOVESE 126
68. LASAGNE BÍA 128
69. LASAGNE SỐT CÁ HỒI 130
70. LASAGNE RAU BỤI THUẦN CHAY 132
71. LASAGNA BÒ THÉP VÀ BÚN 134
72. LASAGNE CÁ NGỪ 136
73. LASAGNE RAU BỤI 138
74. SALAD TÔM ĐÔNG 139
75. LASAGNE RAU BỤI VỚI KEM RAU BẦU 141

76. MĂNG TÂY LASAGNE	142
77. MỲ Ý LENTIL BOLOGNESE	145
78. LASAGNA RAU CỦ NHANH	146
79. LỚP FETA PASTA TỪ LÒ	149
80. SPIRELLI VỚI SỐT CÀ CHUA, ĐẬU LẠNH VÀ FETA	150
81. LASAGNA THẤP CARB	152
82. LASAGNE VỚI CURNIC	153
83. BÚT SỐT CÀ CHUA ĐẬU GÀ	155
84. PUDDING SỮA CHIA VÀ HẠNH NHÂN	157
85. LASAGNE KHÔNG CÓ BECHAMEL	159
86. HẠT LỘC NHÀ LÀM	161
87. KEM DỪA VÀ Sôcôla HẠT CHIA	163
88. LASAGNE HẢI SẢN	164
89. Sô cô la dâu tây với bạch đậu khấu	166
90. THỰC HÀNH PHÔ MAI	167
91. NGƯỢC ĐI VỚI PESTO ROSSO VÀ MOZZARELLA	169
92. BÁNH TRÁI CÂY KHÔNG ĐƯỜNG	170
93. TÚI CÓ MẶT Sôcôla	172
94. MÌ TỎI DÂU	173
95. Mỳ Ý Măng Tây	176
96. MỲ Ý SCAMPI VÀ THÌ LÀ	177
97. MƠ NƯỚNG MẬT ONG	179
98. QUÁN LASAGNE	181
99. LASAGNE CÁ HỒI	183
100. LASAGNE CÁ HỒI SẠCH SẠCH	185

KẾT LUẬN 224

GIỚI THIỆU

Lasagne có lẽ là một trong những dạng mì ống lâu đời nhất. Người La Mã cổ đại đã ăn một món ăn được gọi là "lasana" hoặc "lasanum" được cho là tương tự như món lasagna al forno (lasagna nướng) ngày nay. Đây là một tấm bột mỏng làm từ bột mì, được nướng trong lò hoặc trực tiếp trên lửa. Một số nhà sử học thực phẩm tin rằng những loại mì này thậm chí còn lâu đời hơn, cho rằng từ này có nguồn gốc từ từ laganon trong tiếng Hy Lạp cổ đại và được người La Mã "mượn". Trong cả hai trường hợp, những từ ban đầu được gọi là nồi nấu ăn, và cuối cùng món ăn được đặt tên theo "cái nồi" mà nó được chế biến.

Vào thời Trung cổ, món lasagna nướng trở nên phổ biến đến mức nhiều nhà thơ và nhà văn người Ý đã đề cập đến món này trong các bài viết của họ. Nhiều công thức nấu ăn từ thời Trung cổ trở đi mô tả một món ăn tương tự như món ăn mà chúng ta biết ngày nay, có các lớp mì ống ở giữa được nấu với thịt và/hoặc pho mát. Tuy nhiên, phải đến khi cà chua bắt đầu được sử dụng trong ẩm thực Ý vào khoảng năm 1800, món lasagna al forno mới bắt đầu trông giống món ăn mà nhiều người trong chúng ta gọi là "lasagna".

1. MỲ Ý PESTO CÀ CHUA

Thành phần
- 1 g tiêu
- 1 g muối
- 100 ml nước
- 25 g sốt Pomodori Secchi
- 100 g mì ống nguyên hạt
- 15 g phô mai

đào tạo
1. Đầu tiên luộc mì ống trong nước muối vừa đủ cho đến khi mềm.
2. Rải sốt cà chua phơi nắng lên mì ống.
3. Phục vụ mì ống với sốt cà chua Parmesan và hạt tiêu mới xay.

2. HUITLACOCHE VÀ LASAGNA RAU BÚN BÒ VỚI Mỳ ống tươi

Thành phần

- 250 gram mì ống tươi dạng tấm
- 500 gram huitlacoche luộc
- 100 ml kem
- 200 gram phô mai
- 100 gram rau mồng tơi

bước đi

1. Lấy vật liệu chịu lửa phù hợp để vào lò và chuẩn bị tất cả nguyên liệu để làm món lasagna
2. Lắp ráp lasagna bằng cách đặt một ít kem chua, mì ống, huitlacoche, kem chua, phô mai và rau bina xen kẽ theo thứ tự mong muốn để tạo các lớp
3. Kết thúc với kem và phô mai để nghiền khi cho vào lò nướng
4. Nướng trong lò ở 180 độ C trong 20 đến 25 phút hoặc cho đến khi phô mai sủi bọt và có màu vàng.

3. FETA VÀ MÌ LÒ

Thành phần
- 600 g cà chua bi
- 1 củ hành đỏ
- 2 tép tỏi
- 200 g feta
- 1 muỗng canh dầu ô liu
- Muối
- tiêu
- 1 nhúm húng tây khô
- 1 nhúm oregano khô
- 1 nhúm mảnh ớt cay
- 400 g mì spaghetti nguyên cám
- 2 nắm húng quế

Các bước chuẩn bị
1. Làm sạch và rửa cà chua và cắt làm đôi nếu cần thiết. Gọt vỏ hành tây, cắt làm đôi và cắt thành lát mỏng. Gọt vỏ và cắt lát tỏi. Cho rau củ vào khay nướng và cho phô mai feta vào giữa. Rưới mọi thứ với dầu ô liu, muối, hạt tiêu và gia vị.
2. Nướng trong lò đã làm nóng trước ở 200°C (đối lưu 180°C, gas : mức 3) trong 30-35 phút.

3. Trong khi đó, hãy làm theo hướng dẫn trên bao bì để nấu mì ống trong nước muối sôi. Rửa húng quế, lắc để khô và tuốt lá.

4. Vớt mỳ ra để ráo nước. Lấy phô mai feta và rau củ ra khỏi lò, cắt thô bằng nĩa và trộn. Đặt mì ống và $1\frac{1}{2}$ nắm húng quế vào khay nướng, trộn đều mọi thứ và chia thành 4 đĩa.

Ăn với lá húng quế còn lại.

4. SPIRELLI VỚI SỐT CÀ CHUA, ĐẬU LẠNH VÀ FETA

Thành phần
- 50 g đậu lăng beluga
- 1 củ hẹ

- 1 tép tỏi
- 1 củ cà rốt
- 1 quả bí xanh
- 2 muỗng canh dầu ô liu
- ½ muỗng cà phê bột harissa
- 200 g cà chua bi (hộp)
- Muối
- tiêu
- 1 nhánh cỏ xạ hương
- 250 g mì ống nguyên cám (spirelli)
- 200 g cà chua bi
- 50 g feta

Các bước chuẩn bị

1. Nấu đậu lăng với lượng nước sôi gấp đôi trong 25 phút cho đến khi mềm. Sau đó vớt ra để ráo.
2. Trong khi đó, bóc vỏ và băm nhỏ hẹ và tỏi. Gọt vỏ cà rốt và zucchini và cắt thành miếng nhỏ.
3. Đun nóng dầu trong chảo rồi phi hành và tỏi trên lửa vừa trong 3 phút, sau đó cho cà rốt, bí xanh và bột harissa vào xào trong 5 phút. Sau đó thêm cà chua và nấu trên lửa nhỏ thêm 4 phút nữa. Rửa húng tây, lắc khô và đập lá. Nêm nước sốt với muối, hạt tiêu và húng tây.
4. Đồng thời, làm theo hướng dẫn trên bao bì và nấu mì ống trong nước sôi có nhiều muối trong 8 phút. Sau đó vớt ra để ráo. Nêm đậu lăng đã

sẵn sàng với muối và hạt tiêu. Cà chua rửa sạch, chia làm 4 phần bằng nhau. Băm nhỏ phô mai feta.

5. Cho mỳ ra bát, rưới nước sốt đậu lăng và cà chua lên trên, rắc phô mai feta lên trên và thưởng thức.

5. LASAGNA MỲ Ý KHÔ

Thành phần

- 1 gói mì ống khuỷu tay
- 200 gram giăm bông luộc
- 100 gram phô mai máy
- với mozzarella
- sốt cà chua
- 1 gói rau mồng tơi
- 1 củ hành tây

- 1/2 Aji Morron

bước đi

1. Đun sôi gói khuỷu tay trong thời gian ghi trên bao bì, căng thẳng, dự trữ
2. Chúng tôi đặt một nửa số mì vào một cái đĩa nướng, trong đó chúng tôi cho một giọt dầu, giăm bông đã nấu chín lên trên
3. Rửa sạch, thái nhỏ, xào hành tây với ớt chuông và lá rau bina xắt nhỏ cho đến khi tơi ra - đặt một nửa lên miếng giăm bông đã nấu chín - cho một lớp phô mai caramen và phần còn lại của rau bina
4. Phủ giăm bông đã nấu chín và phần mì còn lại lên trên, kết thúc bằng phô mai mozzarella
5. Phủ nước sốt - cho vào lò nướng đã làm nóng trước ở mức tối đa khoảng. 20' 25' - tùy từng lò
6. Hình ảnh Bước 5 của Công thức Lasagna Pasta khô

7. Tắt lò, để trên bếp vài phút, đem ra bàn, cắt miếng vừa ăn
8. Ăn kèm thêm sốt cà chua và phô mai bào (tùy chọn)

6. LASAGNE KHÔNG MÌ

Thành phần

- 1/2 củ hành tây thái nhỏ
- 2 tép tỏi
- 1/2 kg thịt bò bằm
- 8 quả ớt poblano nướng, bóc vỏ và thái chỉ
- 12 nấm tươi
- 3 quả bí ngô
- 1 túi rau bina tươi
- 1 phô mai dê
- c/n phô mai Chihuahua

- 1 hộp bột cà chua
- nếm muối
- nếm thử Piper
- sau hương vị của mùi tây khô
- nếm mùi húng tây

bước đi

1. Cho thịt vào chảo xào với chút dầu oliu, phi thơm hành tỏi băm nhuyễn...
2. ...băm nhỏ nấm và cho vào chảo thêm gia vị, thêm sốt cà chua...
3. ... bằng dụng cụ gọt khoai tây: cắt lát bí xanh và để riêng, ớt poblano gọt vỏ, nạo chihuahua và cắt thịt dê thành từng miếng nhỏ, gọt lá rau bina...
4. ... bỏ đuôi ớt và cắt thành hình chiếc lá...
5. Khi thịt chín: Cho một lớp ớt poblano vào đĩa chịu nhiệt, sau đó là thịt bò hầm, sau đó là một ít phô mai dê, sau đó là rau bina, một lớp phô mai chihuahua khác, một lớp bí ngòi cắt lát, một lớp thịt bò hầm.
   .... lặp lại tất cả ...
6. ... Đặt một cái giường của tất cả mọi thứ ...
7. ...lặp lại cho đến khi bạn hoàn thành với zucchini và cuối cùng đặt phô mai...

8. ..... cho vào lò nướng 15 phút ở 160°C hoặc 8 phút trong lò vi sóng....xong!!!!!

7. BÚT SỐT CÀ CHUA VÀ ĐẬU ĐẬU

Thành phần
- 1 tép tỏi
- 2 củ cà rốt
- 3 muỗng canh dầu ô liu
- ½ muỗng cà phê thì là
- 1 nhúm ớt cayenne
- 200 g cà chua bi (hộp)
- 50ml kem đậu nành
- Muối
- tiêu
- hương Thảo khô
- 250 g mì ống nguyên hạt (penne)
- 100 g đậu xanh
- ½ muỗng cà phê bột nghệ

- 1 muỗng cà phê mè
- 1 nắm rau arugula

Các bước chuẩn bị

1. Bóc vỏ và băm tỏi. Gọt vỏ, rửa sạch và cắt cà rốt.
2. Đun nóng 2 muỗng canh dầu trong chảo, xào tỏi và cà rốt trong 5 phút ở lửa vừa, sau đó thêm thì là, ớt cayenne và cà chua và xào thêm 4 phút nữa ở nhiệt độ thấp. Thêm kem đậu nành và nêm nước sốt với muối, hạt tiêu và hương thảo.
3. Đồng thời, nấu mì ống trong nước sôi có nhiều muối trong 8 phút theo hướng dẫn trên bao bì. Sau đó xả nước và để ráo nước.
4. Để nấu đậu xanh, đun nóng dầu còn lại trong chảo, thêm đậu xanh, bột nghệ, hạt vừng và xào trong 4 phút ở lửa vừa. Nêm với muối và hạt tiêu. Rửa tên lửa và lắc khô.
5. Chia mì ống giữa các bát, phủ sốt đậu xanh lên trên và ăn kèm với rau arugula.

8. LASAGNE VỚI MÌ (PASTA) NƠ VÀ XOẮN

Thành phần

- 350 gram thịt xay hoặc băm nhỏ
- 1 gói mỳ nơ
- 1/2 gói mì xoắn
- 1 củ hành tây
- 1 củ cà rốt
- 2 gói sốt cà chua
- 10 tờ phô mai

bước đi

1. Xào thịt cùng với hành tây, cà rốt và gia vị trong chảo, sau đó thêm sốt cà chua, giống như sốt bolognese 2. Hình ảnh bước 1 của công thức mì Lasagna (mì ống) thắt nơ và xoắn ốc.
3. Đun sôi những chiếc nơ cùng với các hình xoắn ốc trong nồi với nhiều nước và thêm một ít lá nguyệt quế, khi chúng sẵn sàng, đổ nước và giữ lại mì ống, để sử dụng sau.
4. Trong một đĩa nướng lớn, đặt một lượng mì lớn, sau đó cho một ít pho mát và thêm nước sốt sẽ bao phủ tất cả mì ống cho đến khi chạm đáy, sau đó lại đặt một lớp mì mỏng trở lại.
5. Thêm một lớp phô mai để hoàn thành và nướng trong 15 phút, để yên trong 5 phút và món ăn đã sẵn sàng để phục vụ!

9. Hủ tiếu chay

Thành phần

- 400 g mì ống làm từ lúa mì nguyên hạt, ví dụ như mì ống
- Muối
- 1 nhánh tỏi tây
- 200 g bông cải xanh
- 1 quả ớt đỏ
- 100 g cà chua khô
- 4 quả trứng
- 100 ml sữa (3,5% chất béo)
- 100 g kem phô mai
- 100 g phô mai bào (ví dụ: Emmentaler, Gouda)
- tiêu
- nhục đậu khấu

Các bước chuẩn bị

1. Luộc mì ống trong nước muối cho đến khi săn lại, vớt ra để ráo. Rửa và làm sạch tỏi tây, sau đó cắt thành các vòng. Để riêng 1 nắm tỏi tây để trang trí. Bông cải xanh rửa sạch, tách rời các bông hoa, cắt cuống và cạo sạch vỏ. Nấu (chần) với nhau trong 2-3 phút trong nước muối. Giếng được dập tắt và thoát nước. Ớt đem rửa sạch và thái miếng nhỏ. Cắt thành dải cùng với cà chua.

2. Trộn trứng với sữa, crème fraîche và một nửa pho mát. Nêm muối, hạt tiêu và hạt nhục đậu khấu.

3. Quăng bông cải xanh, tỏi tây, ớt chuông và cà chua với mì ống và đặt vào bốn đĩa nướng dùng một lần (hoặc một đĩa nướng lớn). Đổ sữa trứng lên trên, rắc phần phô mai còn lại và nướng trong lò đã làm nóng trước ở nhiệt độ 180°C (lò có quạt: 160°C; ga: mức 2-3) cho đến khi bánh chín vàng.

30 phút. Phục vụ với tỏi tây còn lại rắc nó.

10. RAU XOẮN, RICOTTA, GIăm bông VÀ MOZZARELLA LASAGNA (MÌ MATARAZZO)

Thành phần

- Mì lasagna Matarazzo - Tôi dùng không ngâm nước trước
- Rau chân vị t

- Ricotta
- giăm bông chiên
- Mozzarella hoặc phô mai bào hoặc tươi.
- Kem sữa
- Sốt cà chua... (hoặc cà chua xay nhuyễn)
- Muối, gia vị vừa ăn

bước đi

1. Trộn rau bina nấu chín để ráo nước... và ricotta... muối, hạt tiêu, nhục đậu khấu... bạn có thể thêm một quả trứng... Tôi ăn ricotta thông thường... không phải loại gầy... Tôi không thêm nó... nó có vị kem và nhân quyện vào nhau...
2. Trong một cái đĩa...trong trường hợp của tôi là một đĩa thủy tinh hình chữ nhật...cho sốt cà chua (tôi dùng cà chua nghiền như trong hộp)... một chút kem (tôi dùng loại nhẹ để nấu ăn) ...đậy nắp như thế này ở dưới đáy giếng ...
3. Sau đó đặt các đĩa mì lasagna vào hộp... (nếu là mì ống cần ngậm nước... họ nên cho mì vào trước khi nó ngậm nước như ghi trên hộp!) ... trong hộp của tôi. trường hợp . ... sử dụng mà không cần dưỡng ẩm... và tuyệt vời!! ... siêu thực tế!

4. Xếp lớp nhân ricotta và rau muống... (chia nhân làm 2...có 2 lớp nhân)
5. Trên cùng của nhân... đặt vài lát giăm bông đã nấu chín... và trên cùng là mozzarella bào... nếu bạn không có mozzarella... thêm pho mát bào... hoặc pho mát tươi...
6. Sau đó, một lớp mì có khả năng khác (plates de l asagna) ... và một lớp nhân ricotta và rau bina khác ... bên trên lại là giăm bông
   ... và sau đó bào mozzarella hoặc bất kỳ loại phô mai nào bạn đang sử dụng...

11 Mỳ ống và món thịt hầm với đậu phụ

Chuẩn bị: 20 phút. Sẵn sàng trong 50 phút

Giá trị dinh dưỡng

- Calo 916 kcal (44%)
- Chất đạm 38g (39%)
- Chất béo 47 g (41%)
- Carbohydrate 85 g (57%)
- thêm đường 0 g (0%)
- Thành phần chất xơ 13,8 g (46%)
- 1 bông súp lơ nhỏ

- Muối
- 200 g đậu hủ hun khói
- 1 muỗng cà phê dầu thực vật
- 400 g mì sợi xanh
- 1 quả cà chua
- 150 g phô mai thuần chay bào
- dầu thực vật cho khuôn
- 50 g bơ thực vật thuần chay
- 2 muỗng canh bột mì
- 250ml kem đậu nành
- 120 ml nước luộc rau
- hạt tiêu từ nhà máy
- Hạt nhục đậu khấu tươi

Các bước chuẩn bị

1. Rửa súp lơ và cắt những bông hoa. Đun sôi khoảng 3 phút trong nước muối. Vớt ra, xả qua nước lạnh, để ráo. Cắt đậu phụ thành khối nhỏ và chiên cho đến khi vàng nâu trong dầu nóng.
Loại bỏ và đặt sang một bên sau đó.

2. Trong nước muối sôi, nấu mì ống và để ráo nước 1-2 phút trước khi kết thúc thời gian nấu, sau đó rửa sạch bằng nước lạnh và để ráo nước. Cà chua rửa sạch, bỏ cuống, thái lát mỏng. Bào phô mai thô.
3. Làm nóng lò ở nhiệt độ trên và dưới là 200 ° C. Bôi mỡ vào khay nướng. Đun nóng bơ thực vật trong chảo, thêm bột mì, chiên cho đến khi vàng trên lửa nhỏ trong khi khuấy. Từ từ thêm kem kho rau trong khi khuấy và đun sôi. Nêm muối, hạt tiêu và hạt nhục đậu khấu. Trải hỗn hợp đậu phụ và hoa súp lơ vào đĩa nướng và đặt các lát cà chua lên trên. Đổ nước sốt lên trên và rắc phô mai. Nướng trong lò làm nóng trước khoảng 20 phút.

12. LASAGNA CÁ NGỪ VỚI MÌ NHÀ LÀM

Thành phần

Đối với mì ống: 300 gram bột mì

- 3 quả trứng
- muối và một giọt dầu

điền:

- Sốt cà chua, hành phi, tỏi tây, tỏi, ớt
- julienne và một củ cải đường, cá ngừ, ô liu, pho mát,
- oregano, kem và bơ

bước đi

1.
   Chúng tôi làm mì ống bằng cách trộn đều, để yên trong một phần tư giờ.
2. Chúng tôi làm nước sốt cà chua theo cách chúng tôi mơ ước.
3. Tôi không làm nước sốt bằng dầu mà bằng một chút nước và muối. Sau khi chiên, tôi để ráo nước và trộn với sốt cà chua, cá ngừ và ô liu.
4. Cắt mì ống thành ba phần và trải chúng cho đến khi chúng trở nên mỏng nhất có thể.
5. Thành phần gồm có: một ít hỗn hợp sofrito, mì ống, sofrito, kem, mì ống sofrito, kem, mì ống, sofrito, kem, pho mát bào, lá oregano và một ít bơ nhỏ.
6. Chúng tôi đặt nó vào lò nướng, tôi không biết nhiệt độ vì tôi làm nó trong lò đốt củi và chúng tôi để nó cho đến khi thấy pho mát tan chảy.

13. MỲ ống LASAGNA VỚI MÓC TORTILLA VỚI Vớ VÀ GIÒN

Thành phần

- 800 g. Mì ống croquette Calçots với giăm bông serrano
- 500ml. Kem cà rốt
- 100 g giăm bông Serrano trong bánh tét
- bột oregano
- Dầu ô liu
- Phô mai bào
- 9 tờ lasagna Để nấu ăn:

- 3 lít nước
- 10 g muối
- 1 muỗng canh dầu ô liu

bước đi

1. Đây là hai phần còn lại. Một bên là mì ống croquettes và một bên là kem cà rốt với hương thơm cỏ xạ hương. Đun sôi 3 lít nước với muối. Khi nó bắt đầu sôi, thêm một thìa dầu ô liu và các tấm lasagna. Trộn đều và nhẹ tay để không bị dính. Nấu trong 12-15 phút. Lấy ra bằng thìa có rãnh và đặt vào nước lạnh trong 40 giây. Xả trên một miếng vải sạch.
2. Đặt một lớp kem cà rốt rắc dầu ô liu và oregano khô và đặt hai tấm lasagna lên trên. Trên cùng, chúng tôi sẽ đặt bột croquette mà chúng tôi đã thêm 100 g giăm bông Serrano khác.
3. Lặp lại thao tác để hoàn thành 2 độ cao. Phết kem cà rốt lên trên và rắc lá oregano.
4. Thêm phô mai bào và cho vào lò nướng đã làm nóng trước. Đầu tiên ở mức trung bình cao để làm ấm mọi thứ và sau đó ở mức cao để nướng pho mát.
5. 2 khay đi ra. 1 với 6 tờ và cái còn lại với 3 tờ. Vui thích

14. LASAGNE MỲ Ý CÁ MẬP

Thành phần

- 200 gram mì cá mập
- 400 gram băm nhỏ
- 1 lát ớt đỏ
- 1 củ hành tây
- 1 tép tỏi mũm mĩm
- 2 muỗng canh bột mì
- 400ml sữa nóng
- 3 muỗng canh bơ
- nếm muối
- 2 muỗng canh dầu ô liu nguyên chất
- 1 ly rượu trắng
- cà chua nướng

bước đi

1. Cắt hạt tiêu và hành tây thành miếng nhỏ. Nghiền tỏi.
2. Cho dầu ôliu nguyên chất, hành, tiêu và tỏi vào chảo. Làm nước sốt. Thêm thịt băm. Khuấy đều. Thêm muối, rượu trắng, chiên. Hãy để nó làm.
3. Trong khi thịt đang nấu, nấu mì ống.
4. Cho bơ vào nồi, sau khi tan chảy cho bột mì vào, trộn đều cho đến khi thu được hỗn hợp đồng nhất, không vón cục. Thêm muối, nhục đậu khấu và sữa nóng. Khuấy đều.
5. Đổ một ít béchamel vào khay nướng.
6. Xả mì ống sau khi làm xong.
7. Thêm mì ống trên nước sốt bechamel.
8. thêm thịt
9. Thêm phần còn lại của béchamel
10. Thêm phô mai để thưởng thức.
11. Phục vụ và đi

13. Mì ống và bắp cải hầm

Thành phần

- 500 g mì ống nguyên hạt (farfalle)
- Muối
- 2 củ cà rốt
- 500g bắp cải xanh (khoảng 1/4 bắp cải xanh)
- 2 muỗng canh bơ
- 3 muỗng canh dầu ô liu
- 150 ml nước luộc rau
- tiêu
- 100 g mozzarella nạo
- 2 nhánh húng quế để trang trí

Các bước chuẩn bị

1. Nấu mì ống nguyên hạt trong nhiều nước muối sôi theo hướng dẫn trên bao bì. Xả và để ráo nước.
2. Trong khi đó, làm sạch cà rốt và cắt thành lát mỏng. Bắp cải rửa sạch, cắt thành miếng nhỏ và rửa sạch trong một cái chao.
3. Đun nóng bơ và dầu ô liu trong chảo, chiên bắp cải và cà rốt sắc nét trong đó. Khử men bằng nước dùng, nêm muối và hạt tiêu và nấu trên lửa vừa cho đến khi chất lỏng sôi. Khuấy theo thời gian.
4. Trộn Farfalle với rau và trải ra khay nướng. Rắc phô mai lên trên và nướng trong lò đã làm nóng trước ở nhiệt độ 180°C (đối lưu 160°C; gas: mức 2-3) trong 15-20 phút. Trang trí với húng quế.

16. RICOTTA L PASTE ASAGNA PHONG CÁCH

Thành phần

- Mì ống Penne Rigote
- Thị t bò xay
- nước sốt mì ống
- Bơ
- bột
- Sữa
- phô mai Mozzarella
- Phô mai Parmesan
- trứng
- muối tỏi
- Tiêu

bước đi

1. Pasta Penne Rigote để nấu ăn (500grms)
2. Hầm 500 gram thịt bằm Nêm tiêu, nước luộc gà, hành muối tỏi vừa ăn
3. Chuẩn bị nước sốt với hai thìa bơ mặn, một thìa bột mì và 3 cốc sữa, để lửa nhỏ cho đến khi nước sốt đặc lại
4. Đổ 3 quả trứng bác lên mì ống và đậy nắp kỹ.
5. Cho mì ống vào tô và phủ nước sốt mì ống (có thể làm với nước sốt cà chua và oregano)
6. Đặt miếng thịt bò băm lên trên, phủ sốt trắng và rắc phô mai mozzarella và parmesan. Nướng trong 30 phút.
7. Phục vụ phần và trang trí với rau mùi hoặc rau mùi tây và thưởng thức!

17. LASAGNE VỚI MÌ MATARAZZO SẴN SÀNG

Thành phần

- 250 g mì ống đã sẵn sàng cho Matarazzo lasagna
- 500 g rau mồng tơi
- 400 g ricotta
- 300 g xắt nhỏ
- 200 g giăm bông luộc thái miếng
- 200 g phô mai dambo thái lát
- 4 củ hành vừa
- 2 hộp cà chua chuyên nghiệp cho nước sốt
- 200 g kem sữa
- 100 g phô mai Reggiano nạo

bước đi

1. Ngâm hỗn hợp matarazzo như ghi trên hộp và vặn lò ở mức tối thiểu.
2. Xào nửa củ hành tây, thêm rau bina (luộc trước) và ricotta. Nêm với muối và hạt tiêu.
3. Trong một chảo khác, xào nửa củ hành tây, thêm thịt và nấu ăn. Nêm với muối và hạt tiêu.
4. Làm nước sốt cà chua trong một cái chảo lớn với hai hộp cà chua xay nhuyễn và hai củ hành tây còn lại. Bạn cũng có thể thêm tiêu nếu thích.
5. Tạo một lớp mì ống matarazzo đã làm sẵn, thêm phần rau bina đã chuẩn bị lên trên, phủ sốt cà chua và kem.
6. Thêm một lớp mì ống, giăm bông đã nấu chín, phô mai tan chảy và phủ lại bằng sốt cà chua và kem.
7. Thêm một lớp mì ống khác và đĩa thịt với sốt cà chua và kem.
8. Phủ lớp mì ống cuối cùng lên trên cùng với phần sốt cà chua và kem còn lại. Bào 100 g phô mai Reggianito lên trên.
9. Cuối cùng, cho vào lò nướng ít nhất 20 phút, để nguội một chút trước khi ăn.

Phục vụ 6 - 10 phần ăn lớn.

18. LASAGNA RAU MỲ Ý TƯƠI

Thành phần

Pasta tươi:

- 300 g bột mì
- 3 quả trứng
- một nhúm muối

Cây:

- Một miếng ớt xanh
- 1 củ cà rốt
- 1 lát ớt đỏ
- 1 củ hành lá
- 1 tỏi tây
- 1 quả cà tím

- 1 quả bí xanh
- 150 g nấm rom
- 3 tép tỏi
- Phô mai bào trộn 4 loại phô mai
- tiêu, muối và gừng khô

bước đi

1. Xắt nhỏ các loại rau và luộc chín, nêm tiêu, muối và gừng cho vừa ăn rồi để riêng.
2. Chúng tôi nhào bột và đưa nó qua máy nhiều lần để làm cho nó thành phẩm.
3. Và sau đó, chúng tôi phủ rau lên đáy chảo và rắc phô mai bào, phủ mì ống, v.v.
4. Chúng tôi làm bechamel , rắc phô mai lên, cho vào lò nướng đã làm nóng trước cho đến khi phô mai tan chảy và có màu nâu (tùy theo từng lò).
5. Và tất cả những gì còn lại là thưởng thức và thưởng thức món ăn tuyệt vời này.

19. Mì ống và khoai tây hầm với hành tây

Thành phần

- 600 g khoai tây
- 300 g bánh sừng bò
- 2 muỗng canh rau mùi tây xắt nhỏ
- 50 g bơ đun chảy
- Muối
- tiêu
- để đúc
- 400ml sữa (có thể thay 200ml bằng cream nếu thích)
- 4 quả trứng
- 100 g Emmentaler bào mịn
- 2 củ hành tùy thích
- 4 muỗng canh bơ làm rõ
- 50 g Emmentaler được tặng

Các bước chuẩn bị

1. Gọt vỏ khoai tây, cắt thành từng miếng nhỏ và đun sôi với nhiều nước muối trong 20 phút. Làm theo hướng dẫn trên bao bì, luộc mì ống trong nhiều nước muối.
2. Trong khi đó, trộn hỗn hợp cùng với trứng. Nêm sữa với muối, hạt tiêu và hạt nhục đậu khấu rồi thêm phô mai vào hỗn hợp. Đổ một nửa đĩa để nướng. Vớt khoai tây và mì ống ra, để ráo nước, trộn trong bát với rau mùi tây và bơ, đổ vào khay nướng, đổ phần sữa trứng còn lại vào và đậy bằng giấy nhôm. Nấu ở 200° trong khoảng. trong lò nung nóng trước. Trong ba mươi phút.
3. Trong lúc đó, gọt vỏ hành tây, cắt thành những khoanh tròn mỏng và chiên cho đến khi vàng trong bơ. Lấy món thịt hầm đã hoàn thành ra khỏi lò, đậy nắp, rắc phô mai và dùng với hành tây trang trí.

20. KHAY Mỳ ống và phô mai với tỏi tây

Thành phần

- 25 g hạt óc chó (1 nắm)
- 200 g mì ống nguyên hạt (linguine)
- Muối
- 1 nhánh tỏi tây
- 1 củ hành tây
- 250 g phi lê ức gà
- 15 g bơ (1 muỗng canh)
- 200 g kem nấu ăn (15% chất béo)
- tiêu
- 1 muỗng cà phê kinh giới khô
- 100 g phô mai xanh (30% chất béo trong chất khô) Các bước chuẩn bị

1. Cắt nhỏ quả óc chó và chiên trong chảo nóng không dầu ở lửa vừa trong 3 phút. Hủy bỏ và đặt sang một bên. Nấu mì ống trong nhiều nước muối theo hướng dẫn trên bao bì cho đến khi vừa ăn. Sau đó vớt ra để ráo.
2. Trong khi nấu mì, làm sạch tỏi tây, cắt dọc và rửa sạch dưới nước lạnh, cả giữa các lá. Làm khô và cắt mọi thứ thành các vòng nhỏ.
Làm sạch hành tây và thái nhỏ.
3. Rửa ức gà, lau khô và cắt thành dải. Đun nóng bơ trong chảo lớn. Thêm thịt và chiên trên lửa lớn trong khoảng 3 phút. Thêm hành tây và xào trong 2 phút trên lửa vừa. Thêm tỏi tây vào thịt và nấu trong 2-3 phút.
4. Đổ kem nấu ăn, trộn mì ống và nêm mọi thứ với muối, hạt tiêu và kinh giới. Cắt phô mai thành miếng nhỏ, đổ lên mì ống và phục vụ trên đĩa quả óc chó.

21. LASAGNA HỖN HỢP (GÀ, THỊT VÀ RAU)

Thành phần

- 1 ức gà
- 1 kg thịt bò bằm
- 1 bó khói
- Tỏi, muối, ớt bột, salsina
- 1 gói sốt bechamel
- 1 gói sốt bolognese
- 1 hộp mì lasagna
- 1/2 kg phô mai nút
- 1/2 kg parmesan
- Rau kinh giới
- Các hình thức cho lasagna

bước đi

1. Nấu ức với tỏi, muối và ớt bột
2. Cắt và nấu củ cải với nước sốt
3. Xào nhẹ thịt bò với gia vị, muối và ớt bột.
4. Xào thịt cho đến khi chín vàng.
5. Chuẩn bị nước sốt bechamel
6. Chuẩn bị nước sốt bolognese
7. Trộn sốt Bolognese với thịt đã nấu trong 3 phút ở lửa vừa
8. Pecuga vỡ vụn
9. Bôi trơn các hộp đựng bằng bơ và xếp từng lớp mì ống, pho mát, thịt, thịt gà và rau củ, kết thúc bằng phô mai parmesan và lá oregano.
10. Xây dựng các tầng theo ý muốn của bạn
11. Bọc bằng giấy nhôm và nướng trong lò đã làm nóng trước ở 180° trong 15 đến 20 phút.

22. LASAGNE VỚI SỐT CARBONARA, NẤM VÀ GÀ CHIA SẺ

Thành phần

- 1/2 ức gà
- 1 gói sốt Carbonara
- 3 ly sữa nguyên chất
- 125 gram nấm
- 250 gram lasagna
- 250 gam phô mai Mozzarella
- 1 viên súp gà
- 1 muỗng canh bột rau mùi
- hai vỏ nhôm cho lò nướng

bước đi

1.
   Ức gà được đun sôi với nước và súp gà. trong 15 phút cho đến khi bạn thấy nó đã chín từ trong ra ngoài. Cũng lấy nước dùng ra khỏi nồi - Có thể để dành cho công thức khác-. Đổ thịt gà và dự trữ.
2. Trong một chiếc bình miệng rộng, cho nước, muối và 1 muỗng canh dầu đun nóng để làm chín lasagna và chia dễ dàng hơn. Trong một thời gian nữa.... .và chúng tôi đặt từng cái một lên khay mà không bị dính...
3. Luộc nấm với 1 thìa bơ và muối.
4. Trong một nồi khác, trộn đều nước sốt carbonara ở nhiệt độ phòng với 3 cốc sữa nguyên chất rồi bắc lên bếp đun đến khi sôi và đặc lại thì cho thêm bột rau mùi.
5. Đã sẵn sàng! Mọi thứ đã sẵn sàng và được nấu chín: bây giờ lắp ráp món lasagna như sau: Mỗi lớp vỏ được phết bơ ở tất cả các mặt, nước sốt mì ống carbonara cắt làm đôi, sau đó là pho mát, thịt gà xé, các loại mì ống khác, nước sốt carbonara, nấm, mì ống, pho mát, nước sốt carbonara , thịt gà và như vậy .. Cho đến khi nó kết thúc.

23. LASAGNE CÂY TRỨNG

Thành phần

- hai ký túc xá
- 1 kg thịt bò bằm
- 2 chén súp lơ bechamel sốt
- 2 chén bột cà chua
- 250 gram phô mai

bước đi

1. Cắt cà tím thành lát mỏng ngâm nước muối loãng 20 phút rồi vớt ra, thấm khô và nướng vàng hai mặt trong 3 phút.
2. Sau khi cà tím được rang, hãy làm món lasagna. Xếp một lớp sốt bechamel súp lơ, lát cà tím, tương cà chua, thị t, tôi cũng để lại những lát cà tím. Tiếp tục cho đến khi hết nguyên liệu, kết thúc với phô mai.
3. Lasagna đã sẵn sàng trong lò nướng trong 20 phút. Xong, dọn ra và thưởng thức.

24. LASAGNA TRỘN

Thành phần

- 500 hạt mì cho lasagna
- 600 gram ức không xương

- 600 gram kem phô mai
- 3 lá nguyệt quế
- 1/2 củ hành tây
- Muối và tiêu
- 3 quả trứng

Đối với nước sốt Bolognese

- 1 củ cà rốt
- 2 tép tỏi
- 1 củ hành tây
- 300 gram cà chua
- 1 chén rượu vang đỏ
- Đối với béchamel

- 80 gram bột mì
- 1/2 cốc sữa
- 30 gram bơ
- 2 chén súp gà

bước đi

1. Luộc ức gà với hành tây, lá nguyệt quế, muối và hạt tiêu cho vừa ăn
2. Thịt gà xé nhỏ, cho nước dùng qua rây lọc, để lửa nhỏ đun nước dùng, đồng thời chuẩn bị nước sốt nhẹ, cho sữa vào nước dùng và trộn liên tục nước dùng, khi đặc lại thì cho gà vào.
3. Phi thơm tỏi trong chảo, sau đó cho hành tây thái hạt lựu, cần tây thái hạt lựu, cà rốt thái hạt lựu vào, thêm rượu và đợi nước sốt bay hơi bớt thì cho thịt và cà chua vào đun sôi. Điều chỉnh muối và thêm màu và thì là.
4. Bào phô mai và đánh trứng vào bát
5. Theo mẫu, đặt một lớp mì ống, một lớp thịt gà và phô mai, một lớp mì ống và một lớp carbonara, và Ana một lớp mì ống, nhiều phô mai và trứng. Nướng trong 20 phút ở 180 độ.

25. PAN LASAGNA GÀ

Thành phần

- mì ống lasagna
- Rau chân vịt
- cà chua khô
- Súp gà
- 1/3 cốc sữa nguyên chất hoặc kem nặng
- Nếu dùng sữa nguyên chất thì 1 thìa bột mì
- để nếm muối và hạt tiêu
- 2 tép tỏi nghiền
- Phô mai Parmesan
- Phô mai mozzarella

cho gà

- Ức gà

- Ớt cựa gà
- để nếm muối và hạt tiêu
- oregano khô
- 1/2 muỗng canh nước cốt chanh

bước đi

1. Trong chảo đã làm nóng trước, thêm dầu ô liu rồi thêm ức gà thái hạt lựu, cùng với ớt bột, muối và hạt tiêu, lá oregano và nước cốt chanh. Để lửa nhỏ cho gà chín vàng đều hai mặt.

2. Trong một chảo khác, thêm dầu ô liu và khi nó nóng, thêm rau bina và tỏi, khi tỏi chuyển sang màu nâu, thêm cà chua khô và vài giây sau, thêm nước dùng gà . , muối và hạt tiêu và sữa hoặc kem sữa, trộn thật đều mọi thứ cho đến khi mọi thứ quyện vào nhau và sẽ đến lúc cho mì ống lasagna đã cắt thành từng miếng vào, đậy nắp chảo và đun sôi ở lửa nhỏ và sau khi đã chín thì cho vào. Phô mai Mozzarella.

3. Khi phô mai mozzarella đã tan chảy, đã đến lúc phục vụ. Trong một đĩa sâu, đặt hỗn hợp mì ống và kem, thêm thị t gà thái hạt lựu và cuối cùng thêm phô mai parmesan.

26. POLLO LASAGNA, A LA TAZA...!

Thành phần

Đối với điền:

- 1 chén ức nấu chín, cắt nhỏ
- 3/4 chén nước sốt đỏ
- 1 muỗng canh tỏi băm
- 50 gram phô mai mozzarella nạo
- nếm thử oregano
- 3 tấm lasagna lượn sóng
- Sốt đỏ trong sách dạy nấu ăn của tôi
- nếm thử phô mai Mozzarella
- Rau kinh giới
- Dầu ô liu

bước đi

1. Nấu úc, cắt nhỏ, nạo pho mát mozzarella, trộn pho mát, thịt gà, tỏi và nước sốt mì ống đỏ, trong cuốn sách công thức nấu ăn của tôi với lá oregano, để sang một bên. Nấu mì ống al dente. Tập hợp các cuộn: đặt một tấm mì ống, cho thịt gà vào...

2. Đặt một tấm khác, lấp đầy và đậy nắp, cuộn chặt.

3. Như được đánh giá cao. Lấy một chiếc cốc an toàn cho lò vi sóng và chỉ cần đặt cuộn lasagna vào. Phết một ít dầu ô liu, thêm phô mai mozzarella bào nhỏ, sốt đỏ, lá oregano...

4. Cho bánh cuốn vào chén, thêm sốt đỏ, phô mai mozzarella, oregano và bạc hà cho vừa ăn...

5. Lò vi sóng trong 3 phút và thế là xong...! Lật cốc ra đĩa, thả lasagna vào 2 mũi và thưởng thức, quá dễ, quá nhanh, thật là sướng, vào bếp nhà mình để làm thử nhé.

27. LASAGNA BÍ NGÔ VÀ CÀ CHUA

Thành phần

- 16 tờ mì lasagna
- 3 quả bí ngô
- 4 quả cà chua
- 1 củ hành tây
- 3 chén nước sốt bechamel
- 2 muỗng canh bơ
- 1 lb phô mai mozzarella
- nếm thử parmesan

bước đi

1. Ngâm tấm lasagna. Chuẩn bị nước sốt bechamel. Cắt bí thành khối vuông và xào với bơ
2. Cắt hành tây thành khối và chiên, thêm cà chua thái hạt lựu. Thêm vào zucchini và trộn.
3. Đối với lasagna, đầu tiên cho sốt bechamel, sau đó là một lớp rau, phô mai mozzarella, lặp lại bước này 4 lần nữa, kết thúc bằng bechamel và parmesan. Nướng ở 220 độ C trong 20 phút
4. Để lại gratin và phục vụ rất nóng. Đối với một biến thể khác, bạn có thể thêm thịt xông khói, cá ngừ hoặc giăm bông vào rau.

28. LASAGNE

Thành phần
- ức gà
- thịt bò xay hoặc băm nhỏ
- nếm thử cà chua chín
- bột cà chua
- củ hành to
- Hành tây
- kem phô mai đôi
- Cỏ xạ hương và vị nh
- mì ống lasagna
- Muối tiêu và Magui
- Nước chấm do bechamel sáng tạo Sauce

bước đi
1. Gà và thịt được nấu trong hộp với cỏ xạ hương và lá nguyệt quế; trong khi đó, trong một hộp khác, đun sôi cà chua với một ít muối và một chút bicarbonate với một ít nước.
2. Xắt nhỏ hành tây, cả dài và to, xào trên lửa nhỏ.
3. Sau khi cà chua chín kỹ, chuẩn bị hóa lỏng và cho vào phần hành đã xào trước đó cùng một lượng tương cà chua, nếu muốn ngon hơn thì cho thêm một ít nước đã nấu thịt hoặc gà, Magui để nếm thử, tỏi, muối, hạt tiêu, cỏ xạ hương và lá nguyệt quế.

4. Mặt khác, mì ống lasagna được nấu trong nước nóng cho đến khi thu được kết cấu mềm và thịt gà và thịt được đổ vào các hộp đựng riêng.
5. Sau khi có tất cả những thứ trên, chúng ta phải thêm thịt và gà hầm với số lượng tùy theo khẩu vị và chúng ta phải lắp ráp món lasagna.
6. Xếp một lớp mì ống cho lasagna vào hộp và thêm một ít sốt bechamel, tiếp tục với một lớp phô mai và một lớp thịt, lại một lớp mì ống với sốt bechamel và phô mai, tiếp theo là một lớp thịt gà, v.v. cho đến khi thu được các lớp mong muốn và kết thúc bằng một lớp mì ống và một lớp pho mát kép với sốt bechamel và nướng trong 25 phút.

29. LASAGNE CÂY TRỨNG VỚI THỊT BÒ XAY

Thành phần

- 1-2 quả cà tím nếu lớn. Nếu chúng nhỏ, khoảng 6

- 1 kg thịt xay với sự chuẩn bị thích hợp
- bột cà chua
- Rau kinh giới
- Vị nh
- Bơ
- Tỏi
- Muối
- phô mai Mozzarella
- Phô mai Parmesan

bước đi

1. Nếu muốn, bạn có thể gọt vỏ cà tím một chút rồi cắt thành lát. Những tấm này được nhúng vào nước có ngâm tỏi trước.

2. Sau đó, chúng được để ráo nước trước khi chiên bơ cả hai mặt, trong khi chúng sẵn sàng để lắp ráp sau đó. Nếu lấy ra khỏi nước, chúng có xu hướng trở nên đắng, đó là lý do tại sao sau khi cắt ra, chúng phải được thêm muối và cho vào nước.

3. Thịt băm phải ngon ngọt với nước sốt cà chua và ngoài ra, hãy chuẩn bị cho vừa ăn, với hỗn hợp các loại rau bạn chọn, nhớ cho thêm oregano, lá nguyệt quế và muối.

4. Khi mọi thứ đã sẵn sàng, khuôn được bôi mỡ và lắp ráp, đầu tiên là một lớp cà tím, tiếp theo là một lớp thịt băm và phô mai mozzarella khác, cứ như vậy cho đến khi hết một lớp cà tím và trên cùng là phô mai mozzarella và parmesan. top nếu họ muốn.

5. Khuôn này được nướng ở nhiệt độ 160° trong 30 phút, để khuôn nghỉ và sẵn sàng thưởng thức.

30. LASAGNE TRỘN, VỚI PHÔ MAI VÀ SỐT ANH ĐÀO

Thành phần

- Sốt phô mai tỏi (công thức ở trên)
- 1 kg thịt bò bằm
- Nêm nếm ớt bột, tiêu, nghệ, tỏi và muối
- 1 1/2 cốc nước
- 12 tấm mì ống cho món lasagna
- 12 ô vuông cá Parmesan

bước đi

1. Xào thịt bằm với các gia vị trong tô, khi thịt săn lại cho nước và 2 muỗng canh bột năng vào. Nếm mùi thơm. Sau khi nó được nấu chín kỹ, chúng tôi bắt đầu lắp ráp lasagna.
2. Phết một lớp sốt tỏi và phô mai đầu tiên lên đĩa nướng, sau đó đến mì ống, phô mai và sốt với thịt
3. Lặp lại các lớp tùy thuộc vào số lượng nguyên liệu bạn có, kết thúc bằng phô mai. Nướng ở 180 độ trong 25 phút. Tôi đã mất kiểm soát đúng lúc.

31. CƠM LASAGNE NHÂN PHÔ MAI MORTADELLA VÀ MOZZARELLA

Thành phần

- Mì ống 7 lưỡi, cắt làm đôi
- 14 tờ hoặc lát thịt lợn mortadella (gà, gà tây)
- 14 que phô mai mozzarella
- Nước sốt mì ống đỏ trong sách dạy nấu ăn của tôi
- nếm thử phô mai Mozzarella
- nếm thử parmesan
- Oregano và ớt bột để hương vị
- hạt anh túc
- Dầu ô liu
- Bơ để tráng khuôn

Đun sôi nước với chút muối và 1 muỗng canh. dầu thực vật, thêm các tấm lasagna và nấu trong khoảng 10 phút. Để ráo nước và đặt sang một bên mà không đặt chúng lên trên những cái khác để chúng không bị dính. Lắp ráp các gói mortadella với pho mát bên trong và đóng dấu.

2. Sau đó cuộn chúng bằng tấm mì ống như trong ảnh. Chải hình đã chọn bằng bơ và đặt các cuộn vừa ăn. Tắm trong nước sốt đỏ hào phóng.

bước đi

1.
3. Thêm các lát phô mai mozzarella, parmesan, oregano và ớt bột với hạt anh túc. Một giọt dầu ô liu không gây hại gì cả. Làm nóng lò ở 200 độ C trước 10 phút. Nướng khoảng 20 phút hoặc cho đến khi phô mai sủi bọt. Lấy ra khỏi lò và với sự trợ giúp của thìa mà không bị cháy, lấy phần đầu tiên ra. Ufffffff...!
4. Bạn không thể tưởng tượng làm thế nào bạn biết điều này, vì vậy hãy làm tôi ngạc nhiên và cho tôi trái tim. Họ biết rằng tôi yêu họ, với niềm đam mê...!!

32. MẬT ONG ĐẶC BIỆT

Thành phần

- 1/2 lb thịt bò xay

- 1/2 lb thịt lợn xay
- 6 dải thịt xông khói
- 1 hộp mì ống lasagna (đã nấu sẵn)
- 1/2 lb phô mai mozzarella
- 1 củ hành trắng lớn
- 3 quả cà chua đỏ lớn
- 1 chén nấm
- 1 chén bột cà chua
- 50 gram bơ
- 60 gram bột mì
- 1 lít sữa
- Phô mai Parmesan
- Oregano, bay và húng tây để nếm thử
- Muối và tiêu
   Xắt nhỏ hành tây và xào bơ, thêm thịt và xào trên lửa nhỏ.
2. Cắt thịt xông khói thành miếng và cà chua thái hạt lựu, thêm vào thịt
3. Thêm lá oregano, lá nguyệt quế và cỏ xạ hương, cắt nấm và thêm thịt, nấu trong vài phút
4. Cho bột cà chua vào đun sôi, làm đặc nước sốt bằng cách cho 2 thìa bột mì hòa tan với nước, quan trọng là cho bột thành sợi và trộn đều tay để không bị vón cục..
5. Chuẩn bị nước sốt bechamel. Cho bơ (40 gr) vào nồi đun trên lửa nhỏ cho đến khi tan chảy,

bước đi

1.

   cho bột mì (60 gr) vào cùng một lúc, trộn với bơ, cho sữa vào trộn thật đều để không bị vón cục, muối và tiêu. Che bằng giấy sáp để kem không hình thành.

6. Trong khi chuẩn bị nước xốt, ngâm mì ống lasagna trong nước sẽ giúp xử lý dễ dàng hơn. Để trộn lasagna, trước tiên hãy đặt một lớp nước sốt nhỏ, sau đó là mì ống lasagna.

7. Xếp một lớp sốt, phô mai mozzarella, sốt bechamel. Lặp lại các bước cho đến khi khuôn được lấp đầy

8. Bạn nên có từ 4 đến 5 lớp mì ống, kết thúc bằng nước sốt và phô mai parmesan, nướng cho đến khi mì chín, theo hướng dẫn của nhà sản xuất, khoảng 10 - 20 phút, tùy thuộc vào loại mì ống bạn sử dụng. Tôi đề nghị lúa mì cứng. Thêm vào gratin và phục vụ nóng.

bước đi

1.

33. LASAGNA CHUỐI NƯỚNG

Thành phần

- hai quả chuối chín
- 500 g hỗn hợp bò và heo
- hai quả cà chua đỏ
- 2 cọng hành lá
- 1/2 củ hành tím
- 1/2 củ hành trắng
- 200 g bột cà chua
- Muối
- dầu
- phô mai Mozzarella
- nếm thử parmesan

Cắt chuối thành lát mỏng. Làm nóng chảo với nhiều dầu và chiên các lát chuối trong một phút ở mỗi bên

2. Xắt nhỏ hành tây và cà chua rồi cho vào chảo với một ít dầu, muối và hạt tiêu, xào và thêm thị t cho đến khi chín vàng.

3. Lấy khuôn phù hợp với lò nướng và xếp các lát chuối lên đế, sau đó là pho mát và thị t. Lặp lại trình tự cho đến khi đầy hộp. Kết thúc với một lớp pho mát và một lớp parmesan khác.

4. Nướng trong 30-35 phút ở 180°C / 350°F.

34. LASAGNA THỊ T

bước đi

1.

Thành phần

- 2 phần ăn
- 500 g thịt bò bằm
- 6 lát phô mai
- 4 đĩa lasagna
- nếm mù tạt
- nếm thử bột cà chua
- để nếm thử bột tỏi
- để nếm muối và hạt tiêu
- để nếm mùi tây

      Chiên thịt với muối và hạt tiêu trên lửa vừa
2. Thêm mùi tây, mù tạt, hỗn hợp bột cà chua và tỏi
3. Ngâm mì lasagna trong chảo nước đun sôi
4. Ảnh từ bước 3 của công thức lasagna thịt
5. Lắp lasagna với mì ống, thịt và phô mai thành từng lớp
6. Nướng trong 30 phút ở 180 độ
7. Và để thưởng thức

35. LASAGNE GÀ VÀ GIÒN

Thành phần

- 2 muỗng canh dầu
- 3 thìa muối
- 1 củ hành tây lớn
- 1/2 ức gà
- 1/4 kg bột mì
- hai miếng bơ nhỏ
- 1 lít sữa
- 10 lát phô mai mozzarella
- 10 dòng giăm bông
- Tiêu
- hai gói mì lasagna

bước đi

1. Luộc ức và thêm một chút muối, băm nhỏ hành tây sống, trong một hộp riêng, chuẩn bị bơ với một ít dầu để bơ không bị cháy, khi nó tan chảy thêm một phần bột mì và khi nó là đã chín, thêm một ly sữa, sau đó thêm một chút tiêu và muối, chặt gà thành miếng nhỏ như giăm bông, cho nước sốt vào tô, sau đó cho gà, giăm bông và hành sống

2. Phô mai cắt lát, sau đó thêm nước sốt để phủ lên mọi thứ, một lớp mì ống khác, thêm thịt gà, giăm bông, hành sống và phô mai, một lớp nước sốt khác và cuối cùng là một lớp mì ống khác, gà miếng nhỏ, giăm bông, ấn và bọc . giấy bạc, nướng ở 375 độ và sẵn sàng nếm thử.

36. LASAGNA KHOAI TÂY VÀ ĐẬU

Thành phần

- 400 g khoai tây thái lát
- 6 lát phô mai mozzarella
- 150 gram đậu
- 100gr hành trắng
- 120 ml kem sữa ⬜ 50 ml tương tỏi
- để nếm muối và hạt tiêu

bước đi

1. Cắt khoai tây và hành tây thành lát
2. Trộn kem nặng, hạt tiêu và tỏi với một chút muối
3. Đặt lớp đầu tiên với đế khoai tây, kem hành tây và phô mai
4. Lớp thứ hai, khoai tây, đậu, kem chua và phô mai
5. Nướng ở 180 độ phủ trong 30 phút
6. Nướng trong 20 phút không đậy nắp

37. MÌ SOBA ĐẬU HỦ CHÂU Á

Nguyên liệu cho 2 phần ăn:
- 2 phần mì soba
- 1 khối (180 g) đậu phụ tự nhiên hoặc hun khói
- 1 củ hành trắng nhỏ
- 1 củ hành lá
- 1 tép tỏi
- 1 củ cà rốt vừa
- 2 chén bông cải xanh nhỏ
- ¼ chén nước tương
- 2 muỗng cà phê đường nâu

bước đi

1.
   - ⅓ cốc nước

- 3 muỗng canh dầu
- muối, hạt tiêu để hương vị quá trình

1. Đậu phụ được cắt thành những que hẹp và chiên trong chảo dầu nóng cho đến khi vàng và giòn cả hai mặt - tốt nhất là không nên di chuyển nó, chỉ cần kiên nhẫn chờ xem nó xèo xèo như thế nào. Cho đậu phụ đã hoàn thành vào một cái bát và chăm sóc nước sốt.
2. Phi tỏi và hành tây băm nhỏ trong cùng một chảo mà bạn đã chuẩn bị đậu phụ. Thêm nước tương, đường nâu và nước. Đun sôi, sau đó giảm nhiệt và để chất lỏng dư thừa bay hơi từ từ. Nước sốt nên được giảm nhẹ.
3. Trong khi đó, nấu mì ống.
4. Cho đậu hũ đã chiên vào chảo cùng với nước sốt và trộn đều sao cho ngập nước sốt. Thêm vào đó những bông cải xanh nhỏ và cà rốt nạo trên lưới thô hoặc mandoline.
5. Chuyển mì ống vào hộp ăn trưa của bạn, đổ nước sốt từ chảo vào một hộp đựng riêng và mang theo tất cả đến nơi làm việc.

bước đi

1.
38. LASAGNA TRỘN GÀ VÀ THỊT

Thành phần

- 500 g thịt bò bằm
- 500 gr ức xắt nhỏ
- 1000 gr hành tây lớn
- 200gr cà chua
- ---- Mỳ ống lasagna
- 1 phong bì Cơ sở Maggie Bolognese
- 1 túi đế gà Maggie với nấm
- phô mai băm nhỏ cho gratin
- 4 mẫu lasagna nhôm

Trộn cà chua và 500 g đầu lớn, cho vào thịt băm và nấu chín.
2. Trộn nước sốt Maggie Bolognese với một ít nước (nửa cốc) và cho vào thịt, đun sôi và đặc lại.
3. Phi nhẹ 500 g đầu to còn lại, xào cho đến khi chín vàng rồi cho thịt gà vào.
4. Trộn gói cơ bản gà với nấm và cho vào gà, đun đến khi đặc lại, đồng nhất với một ít nước (nửa chén)
5. Luộc mì ống để làm lasagna trong nước muối khoảng 3 phút, vớt ra và để nguội trong nước đến nhiệt độ giúp mì nở ra và ngon hơn.
6. Bây giờ hãy tiếp tục tạo hình hoặc xin vui lòng.
7. Thịt, phô mai, mì ống, thịt gà, phô mai, mì ống, thịt lại được xếp lớp và phủ một lớp phô mai.
8. Cho vào lò nướng đến khi phô mai chín vàng, nếu không có lò nướng có thể cho vào lò vi sóng.

bước đi

1.

39. GÀ LASAGNA SỐT ĐỎ (RAGÚ)

Thành phần

- 500 gram mì ống lasagna nấu sẵn
- 3 ức gà
- 500 gram phô mai mozzarella cắt hạt lựu
- 100 gram parmesan nạo
- ---- Cho nước sốt
- 1 lb cà rốt
- 1/2 lb củ hành trắng lớn
- 1 hộp bột cà chua
- 1 thìa đường
- 2 muỗng canh bột mì
- Oregano, lá nguyệt quế, húng tây, tỏi, mù tạt, muối và hạt tiêu

Cắt ức thành miếng vuông, ướp với tỏi, mù tạt, muối và hạt tiêu. Cắt nửa củ hành tây nhỏ, xào qua một chút rồi cho thịt gà vào, để lửa liu riu cho gà chín đều.

2. Gọt vỏ cà rốt và cắt miếng lớn, cắt hành tây lớn và trộn với nước, lá nguyệt quế, cỏ xạ hương, lá oregano và nước. Để lửa nhỏ, để lửa nhỏ lại, thêm muối tiêu, nêm nếm vừa ăn rồi cho bột năng đã hòa tan vào nước để nước sốt đặc lại một chút, trộn đều để không bị vón cục.

3. Để làm món lasagna, trước tiên hãy cho nước sốt đỏ vào đĩa nhôm hoặc đĩa nhựa pyrex sao cho nước sốt phủ kín đáy đĩa

4. Đặt một lớp mì ống (ngay cả khi chúng đã được nấu chín trước, tôi thường ngâm chúng trong nước để chúng dễ xử lý hơn)

5. Bây giờ là một lớp nước sốt và thịt gà và phô mai mozzarella

6. Lặp lại thao tác cho đến khi hoàn thành khuôn. Một món lasagna ngon phải có 5 lớp sốt, kết thúc bằng sốt và phô mai Parmesan, nướng ở 220 độ C trong 15 đến 20 phút.

Nó được phục vụ nóng

bước đi

1.

40. LASAGNA THỊT

Thành phần

- 300 mì ống cho lasagna
- 300 gram bột cà chua
- 400 gram phô mai đôi xắt nhỏ
- 300 gram phô mai mozzarella nạo
- 2kg thịt bò bằm
- 1 củ hành tây lớn
- xạ hương
- Vị nh
- Muối
- Tiêu

Cho bột cà chua, hành tây, 3 nhánh cỏ xạ hương không có thân vào máy xay sinh tố, muối và hạt tiêu cho vừa ăn, chế biến.

2. Chuẩn bị nước sốt trong một cái bát với hỗn hợp, thịt và một ít lá nguyệt quế, đun sôi, khuấy trong 10 phút và vớt lá nguyệt quế ra.
3. Đặt từng tấm mì ống vào nước nóng trong 5 phút hoặc cho đến khi chúng ngậm nước tốt.
4. Đặt một tấm mì ống, một lớp thịt và một lớp pho mát kem đôi cắt nhỏ vào khuôn lasagna, chồng ba lớp bằng nhau lên nhau, hoàn thành bằng một tấm mì ống và phủ pho mát mozzarella bào.
5. Nướng bánh trong 20 phút ở nhiệt độ 180 độ C.

bước đi

1.

41. LASAGNA GÀ SỐT BÉCAMEL

Thành phần

- 1 ức gà
- 1/2 củ hành trắng
- 3 tép tỏi
- 2 muỗng canh bơ
- 1 hộp hoặc một kg mì ống cho lasagna
- 1 ly sữa nguyên kem
- 2 muỗng canh bột mì
- 1 chén nước dùng đã nấu ức
- 1/2 muỗng cà phê hạt nhục đậu khấu
- 1 muỗng cà phê húng quế
- 1 muỗng cà phê oregano
- Muối và hạt tiêu cho vừa ăn
- 1 nhánh hương thảo
- 450 gram phô mai mozzarella
- 1 lá nguyệt quế

bước đi

1. Luộc ức với nước như sau: 2 nhánh cần tây, 1/2 củ cà rốt, 1/2 củ hành trắng, 2 tép tỏi, nước dùng để riêng.
2. Nước sốt bechamel được làm như sau: trong hộp hoặc máy xay sinh tố, thêm sữa, bột mì, nhục đậu khấu, hạt tiêu và muối.
3. Đun chảy bơ trong chảo.
4. Thêm hành tây và tỏi thái nhỏ.
5. Thêm hỗn hợp nước sốt bechamel.
6. Thêm lá nguyệt quế, oregano và húng quế, đun sôi trong hai phút, khi nó bắt đầu đặc lại.
7. Thêm thịt gà và quăng để pha trộn các hương vị.
8. Thêm 1/2 chén nước dùng.
9. Ở nơi chịu lửa, đặt lớp mì ống đầu tiên.
10. Thêm nửa nước dùng còn lại và lớp thịt gà đầu tiên.
11. Một chiếc giường mì ống khác.
12. Phô mai mozzarella nạo.
13. Thêm mì ống và thêm thịt gà, v.v. cho đến khi xây được ba tầng.
14. Tầng trên cùng phủ đầy phô mai.
15. Nướng 20 phút ở nhiệt độ 220 độ C.
16. Sau đó nướng trong 5 phút. phục vụ

42. LASAGNA GÀ

Thành phần

- 100 gram bột mì
- 1 ức gà
- Phô mai Parmesan
- 1 lít sữa
- 1 thanh Bơ
- Muối
- mì ống lasagna
- kính chị u lửa

bước đi

1. Nấu ức với muối và tỏi cho vừa ăn.
2. Cho mỳ vào nước sôi vài phút rồi vớt ra.
3. Trong máy xay sinh tố, trộn sữa, bột mì, bơ, một chút muối và nếu bạn thích một ít kem,

(trộn cho đến khi tất cả các nguyên liệu hòa quyện vào nhau) đun trên lửa cho đến khi đặc lại.

4. Đặt một lớp mì ống vào vật liệu chịu nhiệt, sau đó là một lớp thịt gà xé nhỏ, một lớp pho mát và hỗn hợp trước đó, lại một lớp mì ống, v.v. cho đến khi hai hoặc ba lớp nổi lên.
5. Làm nóng lò khoảng 5 phút rồi cho các món vào nướng trong 45 phút ở 140 độ.
6. Cuối cùng, lấy lasagna ra khỏi lò và thưởng thức.

43. MÌ ĐẬU XANH VỚI ROGULA

Thành phần

- Muối
- 250 g đậu xanh

- 90 g rau xà lách
- 5 muỗng canh ô liu đen rỗ
- 125g phô mai mozzarella
- 2 muỗng canh dầu ô liu
- 1 muỗng canh giấm balsamic
- 1 muỗng cà phê hỗn hợp gia vị Aglio-e-olio
- tiêu
- bột ớt
- 2 muỗng canh hỗn hợp cốt lõi

Các bước chuẩn bị

1. Đun sôi 2 lít nước, thêm muối và luộc đậu Hà Lan trong 6 phút. Sau đó vớt ra để ráo nước, để nguội.
2. Trong khi đó, làm sạch rau arugula, rửa sạch và lau khô. ô liu cắt lát. Để ráo mozzarella và cắt thành khối.
3. Trộn nước sốt với dầu ô liu, giấm, muối, Aglio-e-olio, hạt tiêu và ớt bột. Thêm một chút nước nếu bạn thích.
4. Quăng penne với rau arugula, rắc hỗn hợp ô liu, phô mai mozzarella và rỗ và rưới nước sốt lên.

44. LASAGNE KHÔNG LÒ

Thành phần

- tấm mì lasagna (8)
- Ức gà
- Thị t bò xay
- hai quả cà chua
- Bột cà chua hoặc nước sốt cà chua
- hai củ hành lớn
- Tỏi băm nhỏ
- Màu
- Phô mai cắt nhỏ
- Phô mai bào
- Muối

bước đi

1. Luộc ức rồi xé nhỏ rồi xào với cà chua và hành tây thái hạt lựu, thêm tỏi và muối cho vừa ăn và tạo màu.
2. Làm tương tự với thịt bằm, xào thơm với cà chua, hành, tỏi và muối (mình cho ít vụn bánh mì hoặc bạn có thể dùng bánh mì chiên) sau đó trộn thịt đã chín với ức mà mình đã làm trước đó.
3. Trong chảo trên lửa nhỏ, thêm bột cà chua hoặc nước sốt vào hỗn hợp thịt và gà và để khoảng 5 phút.
4. Để nấu mì ống lasagna, bắc một nồi nước lên đun sôi, khi nước sôi cho các tấm bánh vào không quá 5 phút cho mềm rồi xếp theo chiều ngang và chiều dọc để không bị dính. Vớt mì ra và để riêng từng loại vào khay nhôm để chống dính
5. Trên chảo, bắt đầu chuẩn bị lasagna, từng lớp, protein, phô mai cắt nhỏ và mì ống. Cho phô mai bào vào cuối cùng, đậy nắp 5 phút cho tan chảy là xong.

45. LASAGNA THỊT KHÔNG LÒ

Thành phần

- 1 quả ớt xanh
- 1 quả ớt đỏ
- 1 củ cà rốt
- 2 tép tỏi
- hai củ hành lớn
- 1 1/2 lon cà chua xay nhuyễn
- 1 gói bột lasagna
- 500 ml sốt bechamel
- 400gr thịt bò bằm
- 400 gr thịt heo xay
- 400gr kem phô mai
- 100gr phô mai

bước đi

1. Cắt nhỏ rau
2. Đun nóng một ít dầu và bơ trong nồi
3. Sau đó thêm hành, tiêu và tỏi
4. Khi nó chín (hành tây trong suốt), thêm cà rốt và cà chua xay nhuyễn
5. Thêm thịt bò xay, chia thành từng miếng nhỏ
6. Thêm gia vị cho vừa ăn, tôi dùng: lá nguyệt quế, muối, nước luộc rau, lá oregano, ớt đỏ và tiêu đen
7. Trộn tất cả mọi thứ và nấu trong khoảng 1 giờ để các thành phần được tích hợp tốt. Khuấy theo thời gian
8. Bước này chỉ thực hiện nếu bạn muốn làm món lasagna mà không có lò nướng, hoặc chỉ sử dụng lò nướng để làm chín món mì: cho nước vào nồi đun sôi với muối và dầu rồi cho từng sợi mì vào.
9. Lắp ráp lasagna!
10. Cho một ít nước sốt sau đó phủ mì ống lên vật liệu chịu nhiệt hoặc chảo, cho thêm một lớp nước sốt, pho mát kem và lặp lại lần nữa
11. Đặt lớp mì ống cuối cùng lên, thêm sốt trắng, phô mai kem và phô mai parmesan

12. Nếu có lò nướng, bạn có thể cho vào nướng vài phút để phô mai chảy ra và có màu vàng nâu.

46. BÁNH CHUỐI

Thành phần

- 3 quả chuối chín
- 4 bánh mì Velenos
- 7 lát pho mát kem
- 7 hình thức nhỏ cho lasagna

bước đi

1. Chọn 3 quả chuối chín, bóc vỏ nấu với lượng nước vừa đủ.
2. Nấu chuối cho đến khi mềm. Nghiền chuối, bôi bơ vào khuôn.
3. Thêm một lớp mỏng vào hình dạng và cắt dải bánh sandwich.
4. Thêm một lớp chuối nghiền khác và thêm một lát phô mai. Nướng cho đến khi phô mai vàng, phục vụ và ăn trưa.

47. BÁNH XÀ LUNG THỊT

Thành phần

- 3 nhánh cần tây
- 5 quả dâu tây
- 1 kem sữa
- 1 sữa chua ít béo
- 1 quả táo xanh thái hạt lựu
- Tùy chọn: đậu phộng xay hoặc vừng)
- mì ống lasagna
- 250 gram thịt bò bằm
- Rau hỗn hợp (cà rốt, cà rốt, đậu) luộc
- bột cà chua
- Phô mai Cottage hoặc ít béo

bước đi

1. Nấu thịt trong nồi nước với muối và hạt tiêu cho vừa ăn.
2. Khi thịt đã sẵn sàng, trộn nó với hỗn hợp rau và bột cà chua.
3. Nấu mì ống lasagna trong 10 phút.
4. Xếp bánh crepe gồm 3 lớp lasagna và 2 lớp thịt (tùy chọn thêm giăm bông hoặc phô mai ở giữa) rồi thêm kem sữa vào giữa các lớp và phô mai bào lên trên rồi phủ kem sữa hoàn toàn. Nó được đặt trong lò nướng cho đến khi đạt được độ đặc mong muốn của mì ống. Khuyến nghị 20 phút.
5. Cắt cần tây, táo, dâu tây, cắt thành khối vuông, nghiền nát quả phỉ và trộn mọi thứ với sữa chua và một nửa kem sữa.

48. LASAGNA THỊT

Thành phần

- 1 gói mỳ lasagna hoặc hoành thánh
- 250gr phô mai mozzarella nạo
- Nước chấm do bechamel sáng tạo Sauce
- 1/2 lít sữa
- 1/4 chén bột mì
- 1 thìa cà phê tiêu
- 1/2 muỗng cà phê hạt nhục đậu khấu (tùy chọn)

để nếm muối

- Nước sốt thịt
- 1/2 Kg thịt xay đặc biệt
- 1 thìa cà phê tiêu
- 1/2 muỗng cà phê thì là

- 1 muỗng cà phê ajinomoto
- 1/2 chén hành tây
- 1/4 chén dầu
- 1 phong bì Pomarola

bước đi

1. Để chuẩn bị sốt thịt, cho dầu và hành tây vào phi thơm. Sau đó cho thịt, hạt tiêu, thìa là vào nấu cho đến khi thịt chín. Cuối cùng, thêm sốt Pomarola và ají-nomoto. Loại bỏ nhiệt và đặt sang một bên.

2. Để chuẩn bị nước sốt trắng, đun sôi sữa và dần dần thêm bột mì, khuấy hỗn hợp. Thêm muối, hạt tiêu và hạt nhục đậu khấu trong khi khuấy hỗn hợp cho đến khi đặc lại. Loại bỏ nhiệt và đặt sang một bên.

3. Cho mì hoặc bột hoành thánh vào nước nóng trong 30 giây, vớt ra và đặt lên một mặt phẳng riêng hoặc khăn lau bếp, không chồng lên nhau.

4. Lắp ráp lasagna: Đầu tiên đặt một lớp thịt, sau đó là một lớp nước sốt trắng và thứ ba là một lớp phô mai bào. Lặp lại theo thứ tự này thêm 2 lần nữa. Cuối cùng, thêm một lớp phô mai bào.

5. Cho vào lò nướng đã làm nóng trước ở nhiệt độ 180°C trong khoảng 40 phút.

49. LASAGNA NƯỚNG THỊT

Thành phần

- Thịt bò xay phụ thuộc vào số lượng phần sẽ có, anh tính toán
- mù tạc
- bột cà chua
- muối và tiêu
- achiote
- cây thì là
- hai hạt tỏi hoặc tỏi dán
- nước sốt mềm
- Bơ
- 1 ly sữa
- 2 muỗng canh bột bắp

bước đi

1. Đu đủ chín gọt vỏ, cắt làm đôi và luộc chín mềm, có màu vàng.
2. Chắt nước ra khỏi nước luộc và nghiền chúng, thêm chút muối và 1 muỗng canh bơ và khi mọi thứ đã hòa quyện (nghiền hoặc nghiền khi nướng còn nóng)
3. Trong chảo, cho thịt đã có mù tạt, tỏi, achiote, thìa là, muối vào, nêm nếm cho vừa ăn, khi thịt vàng thì cho 3 muỗng canh tương cà vào, tắt bếp.
4. Mình dùng khuôn nhôm nhỏ nhưng tùy số lượng sẽ làm nhiều hơn cỡ khuôn, mình xếp 1 lớp nướng 1 lớp thịt và 1 lớp nướng.
5. Phần sốt trắng, đun nóng nồi, cho 2 thìa bơ vào trộn đều cốc sữa và 2 thìa bột bắp, khi bột bắp quyện đều với sữa thì cho vào nồi cùng với bơ và khuấy liên tục cho đến khi sánh lại. dày Nó sẽ sẵn sàng, thêm muối và hạt tiêu cho vừa ăn, thêm nước sốt trắng vào phô mai mozzarella bào và cho vào lò nướng trong 10 phút.

50. LASAGNA VỚI GÀ, ÓC CHÓ VÀ PHÔ MAI

Thành phần

- 12 đĩa lasagna nấu sẵn
- 300 gram rau mồng tơi rửa sạch
- 1 củ hành tây

- hai ức gà luộc và xắt nhỏ
- 8 muỗng canh nước sốt cà chua tự làm
- 500 ml sốt bechamel
- 200 gram phô mai mozzarella cắt lát
- Dầu ô liu
- Muối

bước đi

1. Làm nóng lò ở 220.
2. Cắt hành tây và chiên cho đến khi nó trông trong suốt.
3. Thêm rau bina và nấu cho đến khi tất cả nước bốc hơi.
4. Thêm thịt gà vào rau bina và hành tây.
5. Thêm béchamel và trộn.
6. Chuẩn bị mì ống theo hướng dẫn và khi nó đã sẵn sàng, bắt đầu lắp ráp lasagna. (Tùy hãng sẽ có hướng dẫn khác nhau).
7. Trong một món nướng, đặt một ít béchamel, sau đó đặt các đĩa lasagna, sau đó là nhân và pho mát. Lặp lại và kết thúc với một lớp mì ống.

8. Phết sốt cà chua lên lớp mì cuối cùng. Phết thêm phô mai.
9. Nướng lasagna cho đến khi nó chuyển sang màu nâu và phô mai tan chảy (tôi nướng trong khoảng 40 phút).
10. Khi bạn lấy lasagna ra khỏi lò, hãy để nó nóng lên vài phút trước khi ăn để nó không bị vỡ khi phục vụ. Ăn ngon miệng nhé.

51. Mỳ ý sốt hương thảo

Thành phần

- 400 g mì ống
- 2 củ hẹ
- 2 tép tỏi
- 2 nhánh hương thảo (tươi)

- Dầu ô liu Monini CLASSICO
- 400 ml Polpo (sốt cà chua thái hạt lựu)
- Muối
- Hạt tiêu (từ nhà máy)

đào tạo

1. Luộc mì ống theo hướng dẫn trên bao bì cho đến khi chín mềm và ráo nước.
2. Trong lúc đó, bóc vỏ và thái nhỏ hẹ và tỏi. Nhổ hương thảo từ nhánh.
3. Đun nóng dầu ô liu Monini CLASSICO trong chảo và phi thơm hẹ và tỏi. Thêm hương thảo. Đổ cùi lên trên và đun sôi sơ qua. Cuối cùng, nêm muối và hạt tiêu.
4. Thêm mì ống vào nước sốt và phục vụ.

52. MỲ Ý CHAY BOLOGNESE

Thành phần
- 60 g mì ống
- ½ củ hành tây
- 100 g đậu nành xắt nhỏ
- 1 muỗng canh hạt lanh (nghiền nát)
- 50 g cà chua xay nhuyễn
- 20 g cà chua khô
- 1 muỗng canh hạt thông
- 2 muỗng canh parmesan
- 1 muỗng canh dầu dừa

đào tạo

1. Nấu mì ống theo hướng dẫn trên bao bì.
2. Đun nóng dầu dừa trong chảo.
3. Băm nhỏ hành tây và xào trong chảo với đậu nành và hạt thông xắt nhỏ.
4. Thêm hạt lanh, cà chua khô và xay nhuyễn và trộn nước sốt.
5. Quăng mì ống và nước sốt và phủ phô mai parmesan lên trên.

53. MỲ Ý CAM - SỐT CÁ HỒI

Thành phần
- 1/2 củ hành tây (khoảng 30 g)
- 1/2 tép tỏi
- 25ml kem ngọt
- 5 muỗng canh nước cam (100% trái cây)
- 100 g phi lê cá minh thái
- 1 nhúm muối i-ốt
- 1 nhúm tiêu đen
- 100 g penne (mì ống)
- 50 ml sữa (ít béo 1,5% béo)

đào tạo

1. Chuẩn bị penne theo chỉ dẫn.

2. Nước sốt: Hành và tỏi băm nhỏ, phi thơm lần lượt với một ít dầu.

3. Deglaze với kem, sữa và nước trái cây.

4. Đun sôi đến độ đặc mong muốn hoặc làm đặc bằng chất làm đặc nước sốt.

5. Nêm nếm gia vị.

6. Cắt cá hồi thành dải mỏng và thêm vào nước sốt ngay trước khi phục vụ.

54. PENNE SALAD SỐT PESTO CỦ ĐỎ

Thành phần
- 400 g mì ống penne
- 1 quả cam
- 1 xà lách xanh
- 1 quả bơ
- ½ quả chanh
- ½ củ hành tím

Đối với sốt pesto củ dền:
- 200 g củ dền luộc
- 50 g phô mai
- 50 ml dầu ô liu nguyên chất Borges
- một ít sữa
- Muối

Sự chuẩn bị

1.

Để làm món sốt pesto, trộn tất cả nguyên liệu lại với nhau. Gọt vỏ và cắt cam thành miếng. Rửa sạch, lau khô và cắt nhỏ rau diếp. Bơ gọt vỏ và thái hạt lựu, vắt nửa quả chanh để bơ không bị thâm. Gọt vỏ và băm nhỏ hành tây. Cho rau diếp vào bát, thêm sốt pesto củ cải đường và thêm một ít dầu ô liu nguyên chất Borges. Kết thúc với phần nguyên liệu còn lại và trang trí bằng một vài miếng cam.

55. LASAGNA RAU BẦU NHO VỚI KEM RAU BẦU

Thành phần

- 600 g rau bina kem, đông lạnh
- 12 đĩa lasagna miếng, không nấu trước
- 120 G Gorgonzola
- 1 tép tỏi
- 1 TL Bơ, cho khuôn
- 0,5 Bch Cream hoặc crème fraîche
- 150ml kem tươi
- 100 G Phô mai, bào, ví dụ: Gouda, Cheddar

Sự chuẩn bị

1. Đầu tiên bóc vỏ tỏi và băm nhuyễn. Rã đông rau bina kem đông lạnh trong lò vi sóng (ở 400 watt) trong khoảng 15 phút và trộn tỏi với rau bina đã rã đông.
2. Trong khi đó, bôi bơ lên khay nướng và làm nóng lò trước ở nhiệt độ trên/dưới 200°C.
3. Sau đó, cắt nhỏ phô mai. Lót khay nướng với 1/3 tấm lasagna và trải một nửa rau bina kem lên trên. Rắc một nửa gorgonzola lên rau bina, sau đó đặt lớp lasagna tiếp theo lên trên.
4. Bây giờ xếp lớp rau bina và Gorgonzola một lần nữa, cuối cùng phủ các tấm lasagna còn lại.
5. Cuối cùng, phết kem lên đĩa mì ống. Trộn phô mai bào với kem và phết lên trên lớp kem.
6. Món lasagna rau bina với kem cho đến khi chín vàng khoảng 30-35 phút trong lò đã làm nóng trước ở thanh ray giữa.
7. Lấy món lasagna đã hoàn thành ra khỏi lò và để yên thêm 5 phút nữa trước khi ăn.

56. LASAGNE CHAY VỚI RAU BẦU

Thành phần

- 250 g lá lasagna
- 250 G rau bina, đông lạnh

Nguyên liệu làm bechamel thuần chay

- 250ml nước
- 750ml sữa đậu nành
- 1 giải Nhục đậu khấu, xay
- 1 TL muối
- 1 giải hạt tiêu mới xay
- 200 G bơ thực vật, thuần chay
- 200g bột mì

Sự chuẩn bị

1. Làm nóng lò ở nhiệt độ 180°C.
2. Sau đó cho rau bina vào lưới lọc và để rã đông.
3. Đối với nước sốt bechamel, đun chảy bơ thực vật trong nồi, cho dần bột mì vào, trộn đều rồi đổ từ từ sữa đậu nành và nước vào.
4. Bây giờ để nước sốt sôi trong khoảng 30 phút ở nhiệt độ thấp và nêm muối và hạt tiêu.
5. Sau đó trộn rau bina đã rã đông với nước sốt và xếp xen kẽ các đĩa lasagna trong đĩa lasagna. Kết thúc với nước sốt bechamel và nướng lasagna rau bina thuần chay trong khoảng 30 phút trong lò đã làm nóng trước.

57. LASAGNE KHÔNG CÓ BECHAMEL

Thành phần
- 250 G tấm lasagna, không nấu trước
- 200 g phô mai Parmesan, nạo

Nguyên liệu làm sốt thị t bằm
- 2 chiếc. hẹ, nhỏ
- 2 tép tỏi nhỏ ◻ 500 G Thị t bằm, trộn
- 2 muỗng canh bơ đã làm rõ
- 1,5 TL muối
- 2 muỗng canh tương cà chua
- 700 G cà chua, nó đã xảy ra
- 150g phô mai Creme Fraiche
- 1 thìa đường

- 2 TL Oregano, thái nhỏ/khô
- 1 muỗng canh dầu ô liu
- 3 giải thưởng Piper từ máy mài

Sự chuẩn bị
1. Đầu tiên bóc vỏ hẹ và tép tỏi và cắt chúng thành từng miếng nhỏ. Làm nóng lò trước khoảng. 180 độ (nhiệt từ trên xuống dưới).
2. Sau đó, bơ đã làm trong được làm nóng trong chảo, thịt băm được chiên cho đến khi nó trở nên vụn, và tốt nhất là băm nhỏ bằng thìa. Ngay khi thịt chín vàng, cho hẹ và tỏi vào và tiếp tục xào nhanh.
3. Sau đó trộn bột cà chua và dầu ô liu và chiên. Sau đó khử men với cà chua, trộn với crème fraîche, đun sôi, bắc nước sốt ra khỏi bếp và nêm vừa đủ muối, tiêu, đường và lá oregano (nếu muốn).
4. Bây giờ, cho một ít nước sốt vào một cái đĩa hầm thích hợp, đặt một lớp lasagna lên trên, sau đó phết lại một ít nước sốt thịt băm, sau đó lại cho các đĩa lasagna và lặp lại quy trình cho đến khi sử dụng hết các nguyên liệu - nước sốt sẽ tạo thành lớp meze cuối cùng lớp _ .

5. Cuối cùng, phết phô mai parmesan lên trên và nướng món lasagna không có bechamel trong lò đã làm nóng trước ở phần dưới của giá trong khoảng 40 phút cho đến khi có màu vàng nâu.

58. LASAGNE CÁ HỒI SẠCH

Thành phần

- 900 g bông cải xanh
- 1 củ hành tây, xắt nhỏ
- 40 g bơ
- 50G bột mì
- 140ml kem
- 120ml sữa
- 80 G Gouda, nạo
- 3 muỗng thì là, xắt nhỏ
- 12 tờ lasagna (chưa nấu chín)
- 300 G cá hồi hun khói cắt lát
- 1 giải Nhục đậu khấu, xay
- 1 giải muối tiêu

Đầu tiên, bạn rửa sạch bông cải xanh, cắt khúc nhỏ, rửa sạch và nấu trong 0,5 lít nước sôi có pha muối khoảng 4 phút cho đến khi bông cải chín. Sau đó lọc bông cải xanh qua rây và lấy nước nấu.

2. Đun chảy bơ trong chảo, xào các miếng hành tây cho đến khi trong mờ, rắc bột mì và xào nhanh. Dần dần thêm kem, sữa và nước bông cải xanh trong khi khuấy và đun nhỏ lửa trong khoảng 10 phút. Sau đó nêm nước sốt với hạt nhục đậu khấu, muối và hạt tiêu, thêm thì là và pho mát.

3. Phết một ít nước sốt vào đĩa nướng hình chữ nhật, sau đó trải 4 tấm lasagna lên trên cùng với một nửa số cá hồi hun khói và một nửa bông cải xanh. Che với 1/3 nước sốt. Sau đó xếp 4 tấm lasagna, cá hồi và bông cải xanh. Phết thêm một phần ba nước sốt lên trên. Trên cùng với các tấm lasagna còn lại, trên cùng với bông cải xanh còn lại và trên cùng với nước sốt.

4. Nướng lasagna với cá hồi và bông cải xanh trong lò đã làm nóng trước (nhiệt trên/dưới: 200°C, quạt 175°C) trong khoảng 40 phút.

Sự chuẩn bị

1.
59. LASAGNE CÁ HỒI

Thành phần

- 200 tấm lasagna G, màu xanh lá cây
- 1 TL muối
- 400 g phi lê cá hồi
- 5 TL nước cốt chanh
- 1 củ hành tây, thái nhỏ
- 2 tép tỏi, băm nhỏ
- 60 G bơ lạt
- 3 muỗng canh dầu ô liu
- 120 ml rượu trắng khô
- 200 mi li lít kem
- 1 giải hạt tiêu
- 1 muỗng canh vỏ chanh, nạo
- 120 G Gorgonzola

- 100 g phô mai Parmesan, nạo
  Đối với món lasagna cá hồi, nấu các tấm lasagna theo hướng dẫn trên bao bì, để ráo nước.
2. Sau đó rửa sạch phi lê cá hồi, thấm khô bằng giấy ăn, rắc nước cốt chanh, muối rồi cắt thành khối vuông.
3. Bây giờ làm nóng dầu ô liu trong chảo, xào hành tây và tỏi băm nhỏ, thêm các miếng cá và chiên sơ qua. Khuấy rượu trắng và kem và giảm nhẹ. Khuấy parmesan và nêm với vỏ chanh bào, muối và hạt tiêu.
4. Bôi dầu ô liu lên khay nướng và đổ hỗn hợp cá hồi và các đĩa mì ống vào từng lớp, trên cùng là một lớp mì ống.
5. Sau đó nghiền Gorgonzola bằng nĩa và phết lên món lasagna cùng với bơ vụn.
6. Nướng trong lò đã làm nóng trước (220 °) trong 20-25 phút.

Sự chuẩn bị

1.

60. LASAGNA RAU CỦ

Thành phần

- 1 kem Bch
- 100 g nấm
- 2 củ hành tây, nhỏ
- 2 muỗng canh dầu ô liu, cho hình dạng
- 1 lon đỏ
- 1 miếng bí xanh
- 1 giải oregano
- 1 giải muối
- 1 gói lá lasagna
- 100 G phô mai, nạo
- 1 TL nước luộc rau

Đối với món lasagna rau củ, trước tiên hãy làm nóng lò nướng ở nhiệt độ 180 độ (làm nóng từ trên xuống dưới) và bôi một ít dầu lên khay.

2. Trong khi đó, làm sạch hoặc chải (không rửa) nấm và cắt lát. Làm sạch và thái nhỏ hành tây. Rửa zucchini và xay nó.

3. Sau đó đun nóng dầu trong chảo và hấp các miếng hành tây cho đến khi trong mờ. Sau đó thêm các lát nấm và chiên một thời gian ngắn.

4. Bây giờ thêm cà chua và bí xanh và đổ nước dùng rau củ lên trên. Nêm muối và oregano và nấu trong khoảng 5 phút.

5. Cuối cùng, trộn kem và nêm lại với muối và lá oregano.

6. Bây giờ đặt một lớp lá lasagna vào khay nướng, sau đó đổ một ít nước sốt rau củ lên trên và một lớp lasagna khác. Lặp lại quá trình cho đến khi bạn hết gradient.

7. Cuối cùng, rắc lasagna rau củ với phô mai bào và nướng trong lò đã làm nóng trước khoảng 40 phút.

61. SALAD Mỳ Ý Địa Trung Hải

Sự chuẩn bị

1.

Thành phần
- 160 g mì xoắn (thô)
- 160 g cà chua
- 200 g dưa chuột
- 100 ml sữa chua tách kem (để ráo nước)
- Giấm balsamic
- 1 muỗng canh dầu ô liu
- Muối
- tiêu
- Húng quế (tươi hoặc khô)

đào tạo
1. Đầu tiên luộc mì xoắn ốc trong nước muối cho đến khi mềm.
2. Cà chua và dưa chuột rửa sạch rồi cắt miếng nhỏ.
3. Trộn tất cả các thành phần, ướp với giấm và dầu và thêm sữa chua.
4. Nêm salad mì ống với muối, hạt tiêu và húng quế, sắp xếp và phục vụ.

62. SALAD MỲ Ý VỚI RAU CỦ

Thành phần

- 225 g tương ớt
- Muối
- 2 quả bí ngô (400 g)
- 1 quả ớt chuông (đỏ, 100 g)
- 1 quả ớt chuông (vàng, 100 g)
- 1 củ hành tây (cà chua, 74 g)
- 2 muỗng canh dầu ô liu
- 2 thìa xốt Mayonnaise KUNER Original (80% béo)
- 2 muỗng canh giấm balsamic
- 50 g ô liu (đọ sức, làm tư)

- 2 muỗng canh húng quế đã chuẩn bị sẵn (thái nhỏ).

1. Đối với món Salad mì ống rau củ nướng, trước tiên hãy luộc mì ống trong nước muối cho đến khi cứng lại và để ráo nước.
2. Làm nóng lò ở 200°C.
3. Cắt nhỏ zucchini, ớt chuông và hành tây, đặt lên khay nướng có lót giấy nướng và rưới 1 thìa dầu ô liu. Nướng trong 25 phút hoặc cho đến khi rau chín, lật một lần.
4. Trộn giấm, dầu và sốt mayonnaise.
5. Cho rau củ đã nướng cùng với nước xốt và các nguyên liệu còn lại vào một bát lớn.
6. Khuấy mì ống và phục vụ món salad mì ống rau nướng ngay lập tức.

63. MÌ CÁ NGỪ

Thành phần
- 1 hộp cá ngừ (tự nhiên)
- 7 nụ bạch hoa
- 1/2 chén cà chua (khô, trong dầu; cách khác, cà chua tươi)
- 7 quả ô liu
- 1/2 củ hành tây
- Dầu ớt
- dầu tỏi
- 250 g mì chính

đào tạo

1. Cắt hành tây thành khối nhỏ. Xúc xắc cà chua phơi khô và cá ngừ để ráo nước.
2. Nấu mì spaghetti theo hướng dẫn trên bao bì.
3. Cho ớt và dầu tỏi vào chảo và xào hành tây. Thêm cà chua, bạch hoa, ô liu và cá ngừ. Đun sôi một chút, thêm một ít nước mì ống và thêm nước cốt chanh.
4. Sắp mì ống đã nấu chín với nước sốt và phục vụ.

64. LASAGNA RAU CỦ NHANH

Thành phần

- Tấm lasagna Pc thứ 12 khi cần
- 60 G phô mai, nạo

Nguyên liệu rau củ

- 750G bơ rau củ đông lạnh
- 40 g bơ
- 4 muỗng cà phê bột mì, màu trắng
- 1 lít sữa
- 60 G phô mai, nạo
- 1 TL muối
- 0,25 TL nhục đậu khấu

Nguyên liệu làm sốt cà chua

- 500 G cà chua, nó đã xảy ra
- 130 G Phô mai Creme Fraiche

Sự chuẩn bị

1. Hãy để rau rã đông kịp thời cho việc này.
2. Đối với rau, làm tan chảy bơ trong chảo, sau đó rắc bột mì vào, để bột có màu nhạt và đổ sữa theo từng phần, trộn mạnh.
3. Sau đó, đun sôi nước sốt, nêm muối và hạt nhục đậu khấu, sau đó thêm rau với bơ và phô mai, làm tan chảy phô mai và trộn đều mọi thứ.
4. Đối với lớp trên cùng, trộn crème fraîche với khoảng 4 thìa canh cà chua xay nhuyễn và để nguội.
5. Làm nóng lò ở 200°C (với nhiệt trên và nhiệt dưới).
6. Sau đó cho một ít nước sốt rau củ vào khay nướng. Đặt đĩa mì lasagna lên trên, rắc 1 lớp cà chua xay nhuyễn lên trên, phủ rau củ lên trên. Sau đó bắt đầu lại với mì lasagna, v.v. (Tùy

thuộc vào kích thước của chảo, xếp ít nhất 3 lớp mì ống).
7. Kết thúc nên là 1 lớp mì ống, phủ sốt cà chua crème fraiche và rắc phô mai. Sau đó nướng món lasagna rau nhanh ở một phần ba dưới của lò trong khoảng 30 phút.

65. SỐT CÀ CHUA

Thành phần
- 125 g cà chua (bóc vỏ)
- 125 ml mì ống
- 1 củ hành tây (nhỏ)
- 1 nhánh tỏi tây (nhỏ)
- đường
- Muối
- tiêu
- 1 tép tỏi
- 1 muỗng cà phê dầu đậu phộng
- Húng quế (tươi)

đào tạo

1. Băm nhuyễn tỏi và hành tây, tỏi tây cắt lát, sau đó phi trong dầu cho đến khi trong.
2. Thêm cà chua, passata và đường. Đun sôi từ từ trong 10 phút.
3. Nêm muối và hạt tiêu vừa ăn, trộn đều mọi thứ với nhau và ăn kèm với húng quế.

66. SÚP ĐIỀU MÂY BRUSSELS

Thành phần
- 110 g hạt điều
- 300 g cải Brussels
- 500 ml nước luộc rau ☐ 5 quả chà là (đã bỏ hạt)
- 1 quả chanh hữu cơ
- 1 nắm thảo mộc (5 g; ví dụ rau mùi tây)
- 1 nhúm muối Himalaya
- tiêu
- hạt tiêu hồng

Các bước chuẩn bị
1. Ngâm 100g hạt điều trong 200ml nước ít nhất 4 tiếng. Sau đó chuyển thành dạng kem bằng máy trộn.
2. Trong khi đó, rửa sạch cải Brussels, cho vào nồi cùng với nước dùng rau và nấu trên lửa vừa trong 15-20 phút. Sau đó để ráo cải Brussels và để riêng một vài bó. Dần dần thêm bắp cải còn lại với kem hạt điều và 200 ml nước và chà là cho đến khi thu được độ đặc mong muốn và xay nhuyễn cho đến khi thành súp kem.
3. Vắt chanh. Rửa sạch các loại rau thơm, để ráo và thái nhỏ. Nêm súp với nước chanh, muối và hạt tiêu và thêm cải Brussels để sang một bên. Múc súp ra bát và rắc hạt điều, hạt tiêu hồng và rau thơm còn lại.

67. PASTE SALAD VỚI GENOVESE PESTO

Thành phần

- 300 g Viễn chí
- tên lửa 50 g
- 200 g cà chua bi
- tiêu
- 80 g cá bớp
- 10ml súp rau củ
- 5 ml giấm rượu trắng
- 3 muỗng canh Barilla Pesto Genovese
- 3-4 muỗng canh dầu ô liu

đào tạo
1. Đun sôi nhiều nước muối cho món salad mì ống. Thêm farfalle và nấu cho đến khi al dente. Đổ ra rây và xả qua một ít nước lạnh để mì không bị dính.
2. Trong khi nấu ăn, hãy rửa rau arugula và để ráo nước.
3. Cắt đôi quả cà chua bi và nêm muối và hạt tiêu lên bề mặt cắt. Hãy để nó dốc trong một thời gian ngắn.
4. Cắt bresaola hoặc thành dải hẹp. Trong một bát lớn, trộn nước dùng, giấm, sốt Genovese, muối và hạt tiêu rồi thêm dầu ô liu.
5. Trước khi phục vụ, thêm farfalle, arugula và cà chua bi vào nước sốt và trộn mọi thứ cẩn thận. Mùa nếu cần thiết.
6. Trang trí món salad mì ống với bresaola

68. LASAGNE bí ngòi

Thành phần
- Tấm lasagna Pc thứ 8
- 1 hộp bánh pizza đỏ, loại nhỏ
- vụn thứ 20
- 20g bơ
- 1 giải muối
- 1 giải hạt tiêu
- 1 muỗng canh bơ hoặc dầu, cho khuôn

Nguyên liệu cho hỗn hợp hành tây và bí xanh
- 300 g zucchini, tươi
- 1 muỗng canh dầu ô liu
- 1 củ hành tây

Thành phần cho hỗn hợp ricotta
- 200 g ricotta
- 1 giải muối

- 1 phần tiêu xay
- 1 TL thì là

Sự chuẩn bị

1. Trước tiên, làm nóng lò nướng ở nhiệt độ 180°C và bôi một ít dầu hoặc bơ lên khay nướng.
2. Bí xanh rửa sạch, cắt dọc thành từng khoanh rồi thái thành dải mỏng. Làm sạch hành tây và cắt thành miếng nhỏ.
3. Đun nóng dầu trong chảo và chiên các dải zucchini trong đó. Sau đó cho các miếng hành tây vào chảo và chiên sơ qua.
4. Nêm ricotta với thì là, muối và hạt tiêu và trộn đều.
5. Nêm cà chua pizza với muối và hạt tiêu.
6. Bây giờ, đặt một nửa số cà chua vào đĩa nướng đã chuẩn bị, đặt hai đĩa lasagna đầu tiên lên trên và phết 1/4 hỗn hợp ricotta và 1/3 hỗn hợp hành tây và bí xanh.
7. Lặp lại quy trình hai lần và kết thúc với hai tờ lasagna.
8. Bây giờ trộn phần còn lại của hỗn hợp ricotta với 3 muỗng canh nước và phủ các tấm lasagna lên trên.
9. Cuối cùng, phết vụn bánh mì và bơ lên lasagna zucchini và nướng trong lò đã làm nóng trước khoảng 30 phút.

69. LASAGNA BÍ ĐỎ VỚI CÁ HỒI

Thành phần
- 400 g bí xanh
- 350 g phi lê cá hồi, không da
- 1 Liên đoàn húng quế
- 3 muỗng canh Parmesan, mới xay
- 2 muỗng canh dầu ô liu

Thành phần cho tấm lasagna
- 10 chiếc. tấm lasagna
- 0,5 TL Muối, để nấu nước

Nguyên liệu làm sốt ricotta
- 250 g ricotta
- 100 ml sữa

- 1 thìa nước cốt chanh
- 1 TL vỏ chanh
- 1 giải muối
- 1 giải Hạt tiêu đen mới xay

Sự chuẩn bị

1. Đun sôi nước với muối trong nồi, thêm lá lasagna và đun sôi trong 5 phút. Sau đó để ráo nước, xả qua nước lạnh rồi cho vào tô nước lạnh để không bị dính.
2. Rửa và làm sạch zucchini và cắt nó theo chiều dọc. Rửa sạch húng quế, lau khô và thái nhỏ lá.
3. Làm nóng lò ở nhiệt độ trên/dưới 180°C.
4. Đối với sốt ricotta, trộn ricotta trong bát với sữa, vỏ chanh, muối, hạt tiêu và nước cốt chanh. Rửa sạch cá hồi bằng nước lạnh, để ráo nước và cắt thành khối nhỏ.
5. Bây giờ đặt một lớp lá lasagna vào khay nướng. Đặt một số miếng cá hồi và lát bí xanh lên trên và nêm muối và hạt tiêu. Rải một ít húng quế lên trên và rưới một ít nước sốt ricotta lên trên.

6. Xếp các nguyên liệu còn lại theo thứ tự tương tự và kết thúc bằng nước sốt ricotta. Cuối cùng, rưới dầu ô liu lên món lasagna bí xanh cá hồi.
7. Rắc phô mai Parmesan bào lên món lasagna và đặt đĩa lên giá giữa trong lò nóng. Nướng lasagna trong khoảng 30 phút rồi dùng ngay.

70. LASAGNE RAU BỤI THUẦN CHAY

Thành phần

- 250 g lá lasagna
- 250 G rau bina, đông lạnh

Nguyên liệu làm bechamel thuần chay

- 250ml nước
- 750ml sữa đậu nành
- 1 giải Nhục đậu khấu, xay
- 1 TL muối
- 1 giải hạt tiêu mới xay
- 200 G bơ thực vật, thuần chay
- 200g bột mì

Sự chuẩn bị

1. Làm nóng lò ở nhiệt độ 180°C.
2. Sau đó cho rau bina vào lưới lọc và để rã đông.
3. Đối với nước sốt bechamel, đun chảy bơ thực vật trong nồi, cho dần bột mì vào, trộn đều rồi đổ từ từ sữa đậu nành và nước vào.
4. Bây giờ để nước sốt sôi trong khoảng 30 phút ở nhiệt độ thấp và nêm muối và hạt tiêu.

5. Sau đó trộn rau bina đã rã đông với nước sốt và xếp xen kẽ các đĩa lasagna trong đĩa lasagna. Kết thúc với nước sốt bechamel và nướng lasagna rau bina thuần chay trong khoảng 30 phút trong lò đã làm nóng trước.

71. LASAGNA BÒ THÉP VÀ BÚ CHÉP

Thành phần
- 3 củ hành tây
- 2 tép tỏi
- 200 g cà rốt
- 100 g rễ cần tây
- 1 muỗng canh dầu ô liu
- 500 g thịt bò bằm
- 2 muỗng canh bột cà chua
- 400 g cà chua bóc vỏ, miếng (1 hộp)
- 250 ml nước dùng thịt bò
- Muối
- hạt tiêu từ nhà máy
- 2 muỗng canh thảo mộc de Provence
- 400 g bí xanh
- 100 g phô mai pecorino (1 miếng)

- 10 đĩa lasagna ngũ cốc nguyên hạt
- húng quế

Các bước chuẩn bị

1. Làm sạch và thái nhỏ hành và tỏi. Gọt vỏ và bào thô cà rốt và cần tây. Đun nóng dầu trong chảo lớn. Thêm hành tây, tỏi, cà rốt, cần tây và thịt băm và nấu trong khoảng 10 phút trên lửa vừa. Cho bột cà chua vào xào nhanh.
2. Thêm cà chua và nấu trong vài phút. Nước dùng được đổ. Nêm muối, hạt tiêu và rau thơm. Đun thêm 10 phút nữa trên lửa nhỏ.
3. Rửa và làm sạch bí và cắt theo chiều dọc thành những lát mỏng. Bào pecorino. Xếp xen kẽ nước sốt, các món mì ống và bí xanh trong đĩa nướng. Kết thúc với nước sốt và rắc phô mai pecorino. Nướng trong lò đã làm nóng trước ở nhiệt độ 180 °C (đối lưu 160 °C; ga: mức 2-3) trong khoảng. 30 - 40 phút.
4. Húng quế rửa sạch, để ráo. Lấy lasagna ra, cắt thành nhiều phần và trang trí bằng lá húng quế.

72. LASAGNE CÁ NGỪ

Thành phần

- Tấm lasagna Pc thứ 6, màu trắng, nấu sẵn
- dầu ô liu 2 TL
- 150 G phô mai parmesan, nạo

Nguyên liệu làm sốt cá ngừ

- 2 hộp cá ngừ ngâm nước ☐ 900 G cà chua, nó đã xảy ra
- 3 muỗng canh tương cà chua
- 130 G Đậu xanh
- 130 G Ngô
- 1 muỗng canh dầu ô liu
- 1 TL muối
- 2 giải thưởng Piper từ máy xay

- 2 tép tỏi, nhỏ
- 2 củ hành tây, nhỏ
- 1 muỗng cà phê oregano

Sự chuẩn bị

1. Để bắt đầu món lasagna cá ngừ, hãy loại bỏ hành tây và tỏi và cắt chúng thành những miếng nhỏ. Đun nóng dầu trong một cái chảo lớn và chiên cả hai nguyên liệu trong đó cho đến khi chúng trở nên trong suốt.
2. Sau đó trộn bột cà chua và khử men với cà chua. Nêm muối và hạt tiêu và đun nhỏ lửa trong 15 phút, thỉnh thoảng khuấy. Sau khoảng 5 phút, thêm đậu Hà Lan và ngô
3. Bắc chảo ra khỏi bếp, cho miếng cá ngừ vào đảo đều và nêm lá oregano.
4. Sau đó, chúng tôi bôi dầu ô liu lên khay nướng, phủ các tấm lasagna lên đế, sau đó cho một nửa nước sốt cá ngừ lên trên, sau đó lại các tấm lasagna và phết phần nước sốt cá ngừ còn lại lên trên.
5. Cuối cùng, rắc lasagna với phô mai Parmesan bào và nướng khoảng 20 phút trong lò nướng đã được làm nóng trước ở nhiệt độ 180 độ (nhiệt trên-dưới) trên vỉ nướng. Nếu cần, hãy phủ

lasagna bằng giấy nướng vào cuối thời gian nướng.

73. LASAGNE RAU BỤI

Thành phần

- 600 G Rau bina, tươi hoặc đông lạnh
- 1 củ hành tây nhỏ
- 2 tép tỏi
- 1 TL muối
- 0,5 TL tiêu
- 0,5 TL thì là
- Cô Gái 200 G
- 1 gói Mozzarella
- 80 G phô mai Parmesan, nạo
- 250 g kem chua

- 400 g lá lasagna

Sự chuẩn bị

1. Đối với món lasagna rau chân vịt, trước tiên hãy làm nóng lò nướng ở nhiệt độ 180 độ C (lò nướng có quạt) và bôi dầu lên khay nướng.
2. Sau đó rửa sạch rau bina, vẩy khô và đun trong chảo có nắp trong 3 phút. Nước rau muống vừa đủ ở dạng lỏng. Sau đó vắt ráo rau mồng tơi rồi thái khúc nhỏ.
3. Bây giờ làm sạch và băm nhỏ hành tây và tỏi và trộn trong rau bina. Nêm muối, hạt tiêu và thì là.
4. Bây giờ cắt feta và mozzarella thành miếng nhỏ. Trong một bát khác, trộn feta, mozzarella, parmesan và kem.
5. Sau đó, phủ chảo bằng một lớp lasagna, sau đó thêm một lớp rau bina và sau đó là một lớp pho mát kem. Tiếp tục như vậy cho đến khi hết nguyên liệu và đầy khuôn - lớp trên cùng phải là pho mát kem.
6. Rau bina lasagna trong lò khoảng 3035 phút để nướng .

74. Gỏi ĐÔNG TÔM

Thành phần

- 500 g mì ống nguyên hạt (penne)
- Muối
- 1 cây ngò
- 50 g phô mai parmesan (1 miếng)
- 3 muỗng canh ricotta
- 3 muỗng canh giấm balsamic trắng
- 2 muỗng canh dầu ô liu
- 300g tôm (sẵn sàng nấu chín)
- hạt tiêu từ nhà máy

Các bước chuẩn bị

1. Nấu mì ống trong nhiều nước muối sôi theo hướng dẫn trên bao bì, để ráo nước trong một cái chao và để ráo nước.
2. Ngò rí rửa sạch, để ráo nước, nhặt bỏ lá, thái nhỏ. Bào mịn parmesan. Trộn ricotta với phô mai parmesan, giấm balsamic và dầu ô liu cho đến khi mịn.
3. Quăng mì ống với tôm, rau mùi và sốt ricotta-parmesan và nêm muối và tiêu. Dọn món salad mì tôm ra bát.

75. LASAGNA RAU XOẮN VỚI KEM RAU XOẮN

Thành phần

- 600 g rau bina kem, đông lạnh
- Miếng lasagna thứ 12, không nấu trước
- 120 G Gorgonzola
- 1 tép tỏi
- 1 TL Bơ, cho khuôn
- 0,5 Bch Cream hoặc crème fraîche
- 150ml kem tươi
- 100 G Phô mai, bào, ví dụ: Gouda, Cheddar

Sự chuẩn bị

1. Đầu tiên bóc vỏ tỏi và băm nhuyễn. Rã đông kem rau bina đông lạnh trong lò vi sóng

(ở mức 400 watt) trong khoảng 15 phút và trộn tỏi với rau bina đã rã đông.

2. Trong khi đó, bôi bơ lên khay nướng và làm nóng lò trước ở nhiệt độ trên/dưới 200°C.

3. Sau đó, cắt nhỏ phô mai. Lót khay nướng với 1/3 tấm lasagna và trải một nửa rau bina kem lên trên. Rắc một nửa gorgonzola lên rau bina, sau đó đặt lớp lasagna tiếp theo lên trên.

4. Bây giờ xếp lớp rau bina và Gorgonzola một lần nữa, cuối cùng phủ các tấm lasagna còn lại.

5. Cuối cùng, phết kem lên đĩa mì ống. Trộn phô mai bào với kem và phết lên trên lớp kem.

6. Món lasagna rau bina với kem cho đến khi chín vàng khoảng 30-35 phút trong lò đã làm nóng trước ở thanh ray giữa.

7. Lấy lasagna đã hoàn thành ra khỏi lò và để yên thêm 5 phút trước khi đun sôi.

76. LASAGNE MĂNG TÂY

Thành phần

Đối với bột:

- 900 g bột mì
- 500ml nước (ấm)
- 25 g muối
- 3 muỗng canh dầu hạt bí ngô
- 8 g Rau mầm (hoặc 1 Pkg. Men khô)

Để phủ:

- 25 g hạt bí ngô (xay)
- 1 quả bí ngô
- 100 g prosciutto
- 50 g parmesan (xay hoặc thái lát)
- tên lửa 50 g
- dầu ô liu

đào tạo

1. Đối với bánh pizza nhỏ với bí ngô từ nồi chiên không khí nóng, trước tiên hãy nhào tất cả các nguyên liệu cho bột và tạo thành một quả bóng. Cho vào tô, dùng khăn đậy lại và ủ trong khoảng 2 tiếng.
2. Trong khi đó, chuẩn bị topping. Để làm điều này, làm sạch bí ngô, loại bỏ hạt và cắt bột giấy thành những khối nhỏ.
3. Nấu các khối bí ngô trong Nồi chiên không khí ở 120°C với một ít dầu trong 10 phút cho đến khi mềm và hơi nát. Nghiền nhuyễn hoặc trộn thành bột nhão.
4. Chia bột thành bốn phần bằng nhau, cuộn chúng thành một chiếc bánh pizza nhỏ hoặc cuộn chúng ra. Phết bột bí ngô lên mỗi chiếc bánh pizza và rắc hạt bí ngô.
5. Bánh pizza nhỏ với bí ngô từ nồi chiên không khí nóng sẽ nướng trong khoảng 10-15 phút ở 200°C trong nồi chiên không khí.
6. Sau đó rải rau arugula, prosciutto và Parmesan lên trên. Mưa phùn với một vài giọt dầu ô liu.

77. Mỳ ống với LENTIL BOLOGNESE

Thành phần

- 350 g nấm rơm
- 2 củ hành tây
- 2 tép tỏi
- 3 củ cà rốt
- 3 nhánh cần tây
- 200 g đậu đỏ
- 2 muỗng canh dầu ô liu
- 125 ml rượu vang đỏ (có thể dùng nước luộc rau)
- 3 muỗng canh bột cà chua
- 700 g cà chua
- 400 g mì ống nguyên hạt (farfalle)
- Muối
- 100g phô mai cứng (có rennet vi sinh vật; ví dụ: montello)
- 4 nhánh hương thảo tươi
- 4 nhánh oregano tươi

- 4 lá xô thơm tươi

Các bước chuẩn bị

1. Làm sạch nấm và cắt chúng thành miếng nhỏ. Gọt vỏ hành tây và tỏi và cắt chúng thành từng miếng nhỏ. Cà rốt rửa sạch, gọt vỏ và bào sợi. Rửa cần tây và cắt nhỏ.
2. Rửa sạch đậu lăng bằng một cái chao. Cho đậu lăng vào nồi nhỏ và nấu với lượng nước gấp đôi theo hướng dẫn trên bao bì.
3. Trong khi đó, đun nóng dầu trong một cái chảo lớn. Xào nấm và hành tây trên lửa lớn trong 3 phút. Thêm cà rốt và cần tây và chiên thêm 3 phút nữa. Giảm nhiệt. Loại bỏ men rượu vang đỏ, thêm tỏi và bột cà chua và nướng trên lửa vừa 1-2 lần. Thêm đậu lăng và cà chua xay nhuyễn vào nước sốt, khuấy đều và nấu thêm 5-8 phút nữa.
4. Trong khi đó, nấu mì ống trong nhiều nước sôi với muối, theo hướng dẫn trên bao bì, cho đến khi mì ống cứng lại. Bào phô mai. Rửa sạch các loại thảo mộc, để khô và cắt nhỏ lá và kim. Thêm các loại thảo mộc vào bolognese đậu lăng và nêm muối và hạt tiêu.
5. Vớt mì ra, để ráo nước rồi bày ra đĩa. Trải đậu lăng Bolognese lên trên và rắc phô mai. Hãy thưởng thức nó một cách nồng nhiệt.

78. LASAGNA RAU CỦ NHANH

Thành phần

- Tấm lasagna Pc thứ 12 khi cần
- 60 G phô mai, nạo

Nguyên liệu rau củ

- 750 G bơ rau củ, đông lạnh
- 40 g bơ
- 4 muỗng cà phê bột mì, màu trắng
- 1 lít sữa
- 60 G phô mai, nạo
- 1 TL muối
- 0,25 TL nhục đậu khấu

Nguyên liệu làm sốt cà chua

- 500 G cà chua, nó đã xảy ra
- 130 G Phô mai Creme Fraiche

Sự chuẩn bị

1. Hãy để rau rã đông kịp thời cho việc này.
2. Đối với rau, làm tan chảy bơ trong chảo, sau đó rắc bột mì vào, để bột có màu nhạt và đổ sữa theo từng phần, trộn mạnh.
3. Sau đó, đun sôi nước sốt, nêm muối và hạt nhục đậu khấu, sau đó thêm rau với bơ và phô mai, làm tan chảy phô mai và trộn đều mọi thứ.
4. Đối với lớp trên cùng, trộn crème fraîche với khoảng 4 thìa canh cà chua xay nhuyễn và để nguội.
5. Làm nóng lò ở 200°C (với nhiệt trên và nhiệt dưới).
6. Sau đó cho một ít nước sốt rau củ vào khay nướng. Đặt đĩa mì lasagna lên trên, rắc 1 lớp cà chua xay nhuyễn lên trên, phủ rau củ lên trên. Sau đó bắt đầu lại với mì lasagna, v.v. (Tùy thuộc vào kích thước của chảo, xếp ít nhất 3 lớp mì ống).
7. Kết thúc nên là 1 lớp mì ống, phủ sốt cà chua crème fraiche và rắc phô mai. Sau đó nướng món lasagna rau nhanh ở một phần ba dưới của lò trong khoảng 30 phút.

79. LỚP FETA PASTA TỪ LÒ

Thành phần
- 600 g cà chua bi
- 1 củ hành đỏ
- 2 tép tỏi
- 200 g feta
- 1 muỗng canh dầu ô liu
- Muối
- tiêu
- 1 nhúm húng tây khô
- 1 nhúm oregano khô
- 1 nhúm mảnh ớt cay
- 400 g mì spaghetti nguyên cám
- 2 nắm húng quế

Các bước chuẩn bị
5. Làm sạch và rửa cà chua và cắt làm đôi nếu cần thiết. Gọt vỏ hành tây, cắt làm đôi và cắt thành lát mỏng. Gọt vỏ và cắt lát tỏi. Cho rau củ vào khay nướng và cho phô mai feta vào giữa. Rưới mọi thứ với dầu ô liu, muối, hạt tiêu và gia vị.
6. Nướng trong lò đã làm nóng trước ở 200°C (đối lưu 180°C, gas: mức 3) trong 30-35 phút.

7. Trong khi đó, hãy làm theo hướng dẫn trên bao bì để nấu mì ống trong nước muối sôi. Rửa húng quế, lắc để khô và tuốt lá.
8. Vớt mỳ ra để ráo nước. Lấy phô mai feta và rau củ ra khỏi lò, cắt thô bằng nĩa và trộn. Đặt mì ống và 1 ½ nắm húng quế vào khay nướng, trộn đều mọi thứ và chia thành 4 đĩa.

    Ăn với lá húng quế còn lại.

80. SPIRELLI VỚI SỐT CÀ CHUA, ĐẬU LẠNH VÀ FETA

Thành phần
- 50 g đậu lăng beluga
- 1 củ hẹ
- 1 tép tỏi

- 1 củ cà rốt
- 1 quả bí xanh
- 2 muỗng canh dầu ô liu
- ½ muỗng cà phê bột harissa
- 200 g cà chua bi (hộp)
- Muối
- tiêu
- 1 nhánh cỏ xạ hương
- 250 g mì ống nguyên cám (spirelli)
- 200 g cà chua bi
- 50 g feta

Các bước chuẩn bị

6. Nấu đậu lăng với lượng nước sôi gấp đôi trong 25 phút cho đến khi mềm. Sau đó vớt ra để ráo.
7. Trong khi đó, bóc vỏ và băm nhỏ hẹ và tỏi. Gọt vỏ cà rốt và zucchini và cắt thành miếng nhỏ.
8. Đun nóng dầu trong chảo rồi phi hành và tỏi trên lửa vừa trong 3 phút, sau đó cho cà rốt, bí xanh và bột harissa vào xào trong 5 phút. Sau đó thêm cà chua và nấu trên lửa nhỏ thêm 4 phút nữa. Rửa húng tây, lắc khô và đập lá. Nêm nước sốt với muối, hạt tiêu và húng tây.
9. Đồng thời, làm theo hướng dẫn trên bao bì và nấu mì ống trong nước sôi có nhiều muối trong 8 phút. Sau đó vớt ra để ráo. Nêm đậu lăng đã sẵn sàng với muối và hạt tiêu. Cà chua rửa sạch,

chia làm 4 phần bằng nhau. Băm nhỏ phô mai feta.

10. Cho mì ra bát, rưới nước sốt đậu lăng và cà chua lên trên, rắc phô mai feta và thưởng thức.

81. LASAGNA THẤP CARB

Thành phần

- 500 g thịt bằm
- 2 miếng bí xanh
- 1 củ hành tây
- 500 g cà chua căng
- 3 muỗng canh tương cà chua
- 200 g kem phô mai
- 1 giải muối
- 1 hạt tiêu đoạt giải từ máy xay
- 200 G bào phô mai

- 1 TL thảo mộc Ý
- 1 giọt dầu Olive cho chảo

Sự chuẩn bị

1. Đầu tiên, cắt hành tây thành những khối nhỏ và chiên nhẹ trong chảo với một ít dầu. Thêm thịt băm và chiên nó quá.
2. Bây giờ nêm thịt với muối và hạt tiêu cũng như các loại thảo mộc Ý như mong muốn, thêm cà chua và bột cà chua và đun sôi lại một thời gian ngắn.
3. Tiếp theo, zucchini phải được rửa sạch và cắt thành lát mỏng - cách dễ nhất để làm điều này là sử dụng máy thái.
4. Bây giờ xếp xen kẽ các lát bí xanh, creme fraiche và nước sốt thịt băm trong một đĩa nướng thích hợp và đã phết bơ. Lớp cuối cùng là bí xanh với một lớp creme fraiche mỏng. Cuối cùng, phô mai được đổ lên trên.
5. Món lasagna bây giờ phải được nướng trong lò nướng đã được làm nóng trước ở nhiệt độ trên và dưới 200°C hoặc đối lưu 180°C trong 30-40 phút.

82. LASAGNE VỚI CURNIC

Thành phần
- 500 g ức gà tây, sẵn sàng nấu
- 2 củ cà rốt cỡ vừa
- 500 g cà chua cỡ vừa
- 2 củ hành tây, nhỏ
- 3 muỗng canh dầu ô liu
- 2 muỗng canh tương cà chua
- 2 loại muối từng đoạt giải thưởng
- 2 quả ớt
- 700 ml nước luộc rau
- 200 g lá lasagna
- 120g phô mai Mozzarella
- 100 g phô mai Gouda
- Vị trí thứ 4 trong số Oregano, tươi
- 4 giữa húng quế, tươi

Sự chuẩn bị
1. Đầu tiên, rửa thịt một chút dưới vòi nước chảy, thấm khô bằng giấy ăn và cắt thành khối nhỏ.
2. Sau đó gọt vỏ cà rốt và hành tây và cũng cắt chúng thành khối. Cà chua rửa sạch, cắt làm tư, bỏ phần cuống cứng và cũng cắt cà chua thành khối vuông.
3. Bây giờ làm nóng dầu ô liu trong chảo và cho thịt vào rán vàng đều các mặt - trở nhiều lần.
4. Sau đó thêm hành tây và cà rốt và xào nhanh với bột cà chua.
5. Nêm mọi thứ với muối và hạt tiêu và khử men bằng súp rau.
6. Bây giờ thêm cà chua, đun sôi và nấu trong khoảng 20 phút.
7. Trong khi đó, xé các tấm lasagna thành từng miếng, cho vào chảo sau khoảng 10 phút đun nhỏ lửa, khuấy đều và nấu cho đến khi mềm.
8. Sau đó cắt mozzarella thành khối và bào pho mát Gouda. Húng quế và oregano rửa sạch, để ráo, nhặt bỏ lá, thái nhỏ, cho một nửa số rau thơm vào chảo trộn đều.
9. Cuối cùng, nêm nồi lasagna gà tây với muối và hạt tiêu, rắc các loại thảo mộc còn lại và phục vụ với hai loại pho mát.

83. BÚT SỐT CÀ CHUA VÀ ĐẬU ĐẬU

Thành phần
- 1 tép tỏi
- 2 củ cà rốt
- 3 muỗng canh dầu ô liu
- ½ muỗng cà phê thì là
- 1 nhúm ớt cayenne
- 200 g cà chua bi (hộp)
- 50ml kem đậu nành
- Muối
- tiêu
- hương Thảo khô
- 250 g mì ống nguyên hạt (penne)
- 100 g đậu xanh
- ½ muỗng cà phê bột nghệ
- 1 muỗng cà phê mè
- 1 nắm rau arugula

Các bước chuẩn bị

6. Bóc vỏ và băm tỏi. Gọt vỏ, rửa sạch và cắt cà rốt.
7. Đun nóng 2 muỗng canh dầu trong chảo, xào tỏi và cà rốt trong 5 phút ở lửa vừa, sau đó thêm thì là, ớt cayenne và cà chua và xào thêm 4 phút nữa ở nhiệt độ thấp. Thêm kem đậu nành và nêm nước sốt với muối, hạt tiêu và hương thảo.
8. Đồng thời, nấu mì ống trong nước sôi có nhiều muối trong 8 phút theo hướng dẫn trên bao bì. Sau đó xả nước và để ráo nước.
9. Để nấu đậu xanh, đun nóng dầu còn lại trong chảo, thêm đậu gà, bột nghệ, hạt vừng và xào trong 4 phút trên lửa vừa. Nêm với muối và hạt tiêu. Rửa tên lửa và lắc khô.
10. Chia mì ống thành từng bát, phủ sốt đậu xanh lên trên và ăn kèm với rau arugula.

84. PUDDING SỮA CHIA VÀ HẠNH NHÂN

Thành phần

- 50 g hạt chia
- 300 ml nước hạnh nhân (sữa hạnh nhân)
- 2 muỗng canh xi-rô cây thích
- 1 quả chuối
- 2 bột vani
- 1 nắm quả goji khô
- 1 muỗng canh ca cao ngòi

Các bước chuẩn bị

1. Cho hạt chia, sữa hạnh nhân, xi-rô cây thích, chuối bóc vỏ và vani vào tô. Để ngâm ít nhất 40 phút (hoặc qua đêm).
2. Xay nhuyễn mọi thứ bằng máy xay cầm tay cho đến khi mịn, thêm một ít sữa hạnh nhân nếu cần.
3. Đổ vào một cái bát hoặc ly tráng miệng và phục vụ trang trí với quả goji và ngòi ca cao.

85. LASAGNE KHÔNG CÓ BECHAMEL

Thành phần

- 250 G tấm lasagna, không nấu trước
- 200 g phô mai Parmesan, nạo

Nguyên liệu làm sốt thịt bằm

- 2 chiếc. hẹ, nhỏ
- 2 tép tỏi, nhỏ
- 500 G Thịt bằm, trộn
- 2 muỗng canh bơ đã làm rõ
- 1,5 TL muối
- 2 muỗng canh tương cà chua
- 700 G cà chua, nó đã xảy ra
- 150g phô mai Creme Fraiche

- 1 muỗng canh đường
- 2 TL Oregano, thái nhỏ/khô
- 1 muỗng canh dầu ô liu
- 3 giải thưởng Piper từ máy mài

Sự chuẩn bị

1. Đầu tiên bóc vỏ hẹ và tép tỏi và cắt chúng thành từng miếng nhỏ. Làm nóng lò trước khoảng. 180 độ (nhiệt từ trên xuống dưới).
2. Sau đó, bơ đã làm trong được làm nóng trong chảo, thị t băm được chiên cho đến khi nó trở nên vụn, và tốt nhất là băm nhỏ bằng thìa. Ngay khi thị t chín vàng, cho hẹ và tỏi vào và tiếp tục xào nhanh.
3. Sau đó trộn bột cà chua và dầu ô liu và chiên. Sau đó khử men với cà chua, trộn với crème fraîche, đun sôi, bắc nước sốt ra khỏi bếp và nêm vừa đủ muối, tiêu, đường và lá oregano (nếu muốn).
4. Bây giờ, cho một ít nước sốt vào đĩa hầm thích hợp, đặt một lớp đĩa lasagna lên đó, sau đó phết lại một ít nước sốt thị t băm, sau đó lại cho các đĩa lasagna và lặp lại quy trình cho đến khi sử

dụng hết nguyên liệu - nước sốt sẽ tạo thành lớp cuối cùng . .

5. Cuối cùng, phết phô mai parmesan lên trên và nướng món lasagna không có bechamel trong lò đã làm nóng trước ở phần dưới của giá trong khoảng 40 phút cho đến khi có màu vàng nâu.

86. NGŨ CỐC NHÀ LÀM

Nguyên liệu

- 3 chén bột yến mạch
- ¼ chén quả óc chó thô xắt nhỏ
- ¼ chén quả hồ đào thô, xắt nhỏ
- ¼ chén hạnh nhân sống, xắt nhỏ
- ½ chén xi-rô phong nguyên chất
- 2 muỗng cà phê vani
- 2 thìa cà phê quế
- 1 nhúm muối (không bắt buộc)

Sự thử nghiệm

1. Làm nóng lò ở nhiệt độ 250-300°F (149°C).
2. Cho tất cả các nguyên liệu vào một cái bát, trộn đều và phủ mọi thứ bằng xi-rô cây phong. Trải hỗn hợp lên khay nướng hoặc chảo nướng.
3. Nướng trong 30-40 phút, thỉnh thoảng khuấy, cho đến khi hỗn hợp chuyển sang màu nâu. Di chuyển tấm trên cùng vào giá dây và để nguội hoàn toàn. Làm lạnh granola trong lọ kín.

87. KEM DỪA VÀ Sôcôla HẠT CHIA

Thành phần

- 400ml nước cốt dừa
- 4 muỗng canh xi-rô cây thích
- 15 g bột ca cao (2 muỗng canh; rất nhiều bơ)
- 2 chai trà túi lọc
- 12 g hạt chia trắng (2 muỗng canh)
- 250 g sữa chua đậu nành
- 30 g sô cô la đen (ít nhất 70% ca cao) Các bước chuẩn bị

1. Cho nước cốt dừa vào chảo. Thêm xi-rô phong và bột ca cao và đun nóng, nhưng không đun sôi. Treo túi trà lên, đậy nắp, lấy ra khỏi bếp và

ngâm trong 30 phút. Sau đó lấy túi trà ra, vắt bỏ chất lỏng. Trộn 1 1/2 muỗng canh hạt chia và sữa chua.

2. Đổ khối lượng vào 8 khuôn đá và để đông lạnh trong khoảng 1 giờ. Sau đó cắm que gỗ vào và để ngăn đông thêm 3 tiếng nữa.

3. Cắt nhỏ sô cô la và làm tan chảy nó trong bồn nước nóng. Lấy kem ra khỏi khuôn và trang trí với sô cô la và hạt chia còn lại.

88. LASAGNE HẢI SẢN

Thành phần

- 300 G Phi lê cá, ví dụ như cá hồi
- 2 củ hành lá

- 1 miếng chanh
- 1 TL muối
- 0,5 TL tiêu
- 400 g lá lasagna
- 2 muỗng canh dầu ô liu, cho món nướng
- 100 G tôm hoặc cua, đã sẵn sàng để nấu chín
- 200g phô mai Mozzarella

Nguyên liệu làm nước sốt

- 100 g phô mai Parmesan, nạo
- 3 muỗng canh bơ
- 3 muỗng canh bột mì
- 150ml sữa

Sự chuẩn bị

1. Trước tiên, làm nóng lò ở 180°C (lò có quạt) và bôi dầu vào khay.
2. Sau đó rửa sạch tôm và phi lê cá đã sơ chế, thấm khô và cắt cá thành từng miếng nhỏ.
3. Bây giờ rửa sạch hành lá và cắt thành miếng nhỏ. Bào vỏ chanh và vắt phần chanh còn lại. Trộn cá, tôm, hành lá, vỏ chanh và nước cốt, muối và tiêu.
4. Đối với nước sốt, làm nóng bơ trong một cái chảo nhỏ. Trải bột và để cho nó cứng lại, khuấy liên tục. Sau đó, dần dần khuấy sữa và đun nóng

cho đến khi đặc. Sau đó cho phô mai vào khuấy đều.

5. Bây giờ phủ một lớp lasagna dưới đáy đĩa nướng, phết một ít cá lên trên và rưới một ít nước sốt lên trên. Tiếp tục như vậy cho đến khi tất cả các thành phần đã được sử dụng - lớp cuối cùng sẽ là nước sốt. Sau đó phủ chúng bằng phô mai mozzarella cắt lát mỏng.

6. Cuối cùng, nướng lasagna hải sản trong 30-35 phút trong lò nóng và thưởng thức.

89. DÂU TÂY SÔ CÔ LA VỚI THẢO DƯỢC

Thành phần

- 400 g dâu tây
- 2 viên bạch đậu khấu
- 100 g lớp sô cô la đen (ít nhất 72% ca cao)

Các bước chuẩn bị

1. Cho dâu tây vào một cái rây, rửa sạch và lau khô.
2. Mở vỏ quả bạch đậu khấu và loại bỏ hạt. Nghiền mịn hạt bạch đậu khấu trong cối.
3. Thái nhỏ topping và cho vào máy xay nhỏ. Thêm thảo quả.
4. Để sô cô la tan chảy trong bồn nước nóng trong khi khuấy.
5. Cầm cuống dâu tây và nhúng lần lượt 2/3 quả dâu tây vào lớp sô cô la lỏng.
6. Đặt dâu tây sô cô la trên giấy da và để cho lớp phủ khô. Làm lạnh dâu tây sô cô la cho đến khi sẵn sàng phục vụ.

90. THỰC HÀNH PHÔ MAI

Nguyên liệu làm bánh táo

- 250 g mascarpone
- 250 g phô mai ít béo
- 3 quả trứng
- 1 gói kem
- 1 muỗng cà phê Bột nở
- 1 gói đường vani
- 1 nhúm muối
- 2-3 quả táo

Sự chuẩn bị

1. Gọt vỏ, làm tư và bỏ lõi táo.
2. Trộn các thành phần còn lại với nhau. Đầu tiên là những cái khô, sau đó là những cái khác.
3. Lót giấy nướng vào khuôn lò xo 28 cm. Đổ đầy bột. Nhấn táo.
4. Nướng trong 45 phút ở 160°C (tuần hoàn), sau đó để nguội trong lò hơi mở.
5. Thời gian chuẩn bị không nướng 10-15 phút. Tùy thuộc vào tốc độ bạn có thể gọt táo.

91. ĐÁNH BẠI VỚI PESTO ROSSO VÀ MOZZARELLA

Thành phần

- 350 g Barilla Farfalle số 65
- 1 ly Barilla Pesto Rosso
- 250 g mozzarella viên
- 2 muỗng canh dầu ô liu (thêm nguyên chất)
- Húng quế (tươi)

đào tạo

1. Đối với món farfalle với sốt pesto rosso và phô mai mozzarella, trước tiên hãy đun sôi nước muối nhẹ và nấu farfalle no.65 trong đó.
2. Nấu chín, để lại một ít nước mì ống và để ráo mì ống.
3. Đổ vào một cái bát, trộn với nước mì ống nóng trong Barilla Pesto Rosso và trộn nhẹ nhàng.
4. Phục vụ mì ống với mozzarella viên, một ít lá húng quế và một ít dầu ô liu nguyên chất và phục vụ món Farfalle với sốt pesto rosso và mozzarella.

92. BÁNH TRÁI CÂY KHÔNG ĐƯỜNG

Thành phần

- 400 g quả sung khô
- 400 g trái cây sấy khô như mận, mơ, nho khô
- 400 g quả hạch, quả phỉ, hạnh nhân, quả óc chó
- 5 quả trứng
- 125 g bơ
- 200 g bột mì loại 1050
- 1 thìa quế
- 1 bản đồ. tép bóc vỏ

Các bước chuẩn bị

1. Xắt nhỏ quả sung, quả khô và quả hạch. Chúng tôi tách trứng và đánh lòng trắng thành bọt. Đánh bơ cho đến khi mịn, sau đó thêm lòng đỏ trứng và bột mì và tạo thành một khối bột mịn. Nhào trong trái cây, các loại hạt và gia vị. Cẩn thận gấp trong protein.
2. Cho bột vào khay có lót giấy nướng, dàn mịn và nướng trong lò ở nhiệt độ 175°C (lò thông gió 150°C; gas: mức 2) trong khoảng 1 giờ. Làm que thử.
3. Lấy bánh ra khỏi lò và để nguội.

93. TÚI CÓ MẶT Sôcôla

Thành phần:

- 2 chén bột mì (280 gram)
- 2 đơn vị trứng
- 1 chén sô cô la chip
- 1 chén đường (200 gram)
- 1 chén bơ (225 gram)
- 1 muỗng cà phê bột nở

giai đoạn chuẩn bị

1. Lấy một cái bát và trộn đều bơ và đường để bắt đầu làm bánh quy tự làm.
2. Sau đó thêm trứng và tiếp tục đánh. Sau khi tích hợp, thêm bột đã rây trước đó với bột nở và trộn cho đến khi thu được một khối đồng nhất.
3. Cuối cùng, thêm sô cô la chip và trộn chúng vào bột bằng thìa, thìa hoặc tay của bạn. Bạn có thể để bột nghỉ trong tủ lạnh 20 phút và nhào lại trong 3 phút khi lấy ra. Bằng cách này, nó sẽ có được sự nhất quán cao hơn.

4. Định hình bánh quy của bạn và đặt chúng lên chảo, với một số ngăn cách. Nướng bánh quy sô cô la trong 20 phút và thì đấy!

94. MÌ TỎI DÂY

Thành phần

- 2 củ hành tây (thái lát mỏng)
- 20 g bơ
- 1 muỗng canh dầu ô liu
- 150 g tỏi rừng (thái lát)
- Muối
- 3 muỗng canh dầu ô liu
- 200 g mì sợi
- 1 muỗng canh dầu
- 50 g parmesan (mới xay)

- tiêu
- Muối

Trộn bơ và dầu với nhau.
2. Phi hành tây trong đó, thêm tỏi hoang dã, xào với muối, hạt tiêu và trộn với 3 muỗng canh dầu ô liu.
3. Luộc mì ống trong nước muối cho đến khi chín.
4. Trộn đều parmesan và tỏi hoang dã và dùng với mì ống đã nấu chín.

đào tạo

1.

95. Mỳ Ý Măng Tây

Thành phần

- muối biển
- 400 g mì spaghetti (hoặc tagliatelle)
- 80 g hành tây
- 200 g măng tây (dã)
- 2 muỗng canh dầu ô liu
- 100ml rượu trắng
- 1 tép tỏi (tối đa 2)
- Hạt tiêu (từ nhà máy)
- 1 muỗng cà phê bơ
- Mùi tây (tươi xắt nhỏ)
- 2 muỗng canh parmesan (mới xay)

Đun sôi nhiều nước trong một cái chảo lớn, thêm muối và nấu mì ống trong đó cho đến khi mềm.
2. Trong khi đó, gọt vỏ và thái nhỏ hành tây. Măng tây rừng rửa sạch, cắt miếng lớn hoặc để nguyên.
3. Đun nóng dầu ô liu trong chảo và chiên các khối hành tây trong đó. Thêm măng tây và xào nhanh. Khử men bằng rượu trắng.
4. Cho tỏi vào chảo và nêm muối và hạt tiêu. Nêm nếm với bơ, rau mùi tây và parmesan.
5. Khi măng tây đã dẻo nhưng vẫn còn sợi vừa ăn thì cho mì đã căng vào chảo đảo nhanh tay để mì thấm đều nước sốt.
6. Phục vụ mì spaghetti ngay lập tức.

đào tạo

1.
96. MỲ Ý với SCAMPI VÀ THÌ LÀ

Thành phần

- 350 g mì chính
- 1 ly sốt mì Barilla Arrabbiata
- 150 g cá nục (bóc vỏ)
- 1 củ thì là
- Muối
- tiêu
- phô mai parmesan (bào)

Đối với mì Ý với Scampi và thì là, hãy nấu mì Ý Barilla theo hướng dẫn trên bao bì.
2. Cắt cá nục thành từng miếng nhỏ và chiên sơ qua trong chảo chống dính. Cắt thì là thành dải mỏng, thêm vào cá nục và nêm muối và hạt tiêu.
3. Thêm nước sốt mì ống Barilla Arrabbiata vào chảo và đun nóng nhanh.
4. Xả mì ống và trộn với nước sốt từ chảo. Sau đó phục vụ mì spaghetti với scampi ngay lập tức.

97. MƠ NƯỚNG MẬT ONG

Thành phần:
- dầu ô liu để bôi trơn

đào tạo

1.
- 4 quả mơ tươi, cắt đôi, bỏ hạt
- ½ chén quả óc chó, xắt nhỏ
- Một nhúm muối biển
- ½ chén mật ong

Sự chuẩn bị :

1. Làm nóng lò ở 350°F.
2. Lót khay nướng bằng giấy nướng và bôi mỡ bằng dầu.
3. Lớp quả mơ và rắc quả óc chó. Mùa muối.
4. Mùa muối. Mưa phùn với mật ong. Nướng trong 25 phút.
5. Loại bỏ nhiệt. Đặt trái cây vào bát riêng với các loại hạt.

98. LASAGNE TỪ CHẢO

Thành phần

- 1 tép tỏi
- 1 chiếc. hẹ
- 1 miếng cà rốt   ☐ 1 miếng cần tây
- 2 muỗng canh dầu ô liu
- 250 g thịt bò bằm
- 1 muỗng canh bột cà chua
- 50ml rượu trắng
- 150 ml nước dùng
- 150 ml nước ép cà chua
- 1 giải muối
- 1 giải hạt tiêu
- 1 Lá nguyệt quế
- 400 g lá lasagna, tươi

Nguyên liệu làm sốt nhạt

- 150ml kem
- 150 G mascarpone
- 50 G phô mai bào
- 1 phần thưởng nhục đậu khấu
- 1 thìa nước cốt chanh
- 50 G bào phô mai

Sự chuẩn bị

1. Đối với món lasagna áp chảo, làm sạch tỏi, hẹ và cà rốt. Làm sạch cần tây. Cắt mọi thứ thành khối nhỏ. Bây giờ làm nóng dầu trong chảo. Chiên thịt băm cho đến khi nó vỡ vụn. Sau đó thêm các loại rau thái hạt lựu, xào cho đến khi chúng trở nên trong suốt. Bây giờ khuấy trong bột cà chua, chiên nó trong 2 phút. Nó được dập tắt với rượu, nước dùng và cà chua xay nhuyễn, nêm muối, hạt tiêu và lá nguyệt quế. Sau đó đun nhỏ lửa trong 25 phút.
2. Trong khi đó, làm nóng lò ở 180 độ. Cắt các tấm lasagna để vừa với đĩa chịu nhiệt. Bây giờ, bắt đầu với nước sốt, đổ đầy chảo. Phủ một lớp nước sốt lên tấm lasagna, một lớp nước sốt khác.

Tiếp tục xếp lớp cho đến khi nước sốt được sử dụng hết. Lớp cuối cùng là nước sốt.
3. Bây giờ đánh bông kem với mascarpone và phô mai parmesan, nêm muối, hạt tiêu và nước cốt chanh rồi phết lên nước sốt thịt băm. Rắc phô mai bào và nướng trong 40 phút.

99. LASAGNE CÁ HỒI

50 phút

4 phần ăn

Thành phần

- 200 tấm lasagna G, màu xanh lá cây
- 1 TL muối
- 400 g phi lê cá hồi
- 5 TL nước cốt chanh
- 1 củ hành tây, thái nhỏ
- 2 tép tỏi, băm nhỏ
- 60 G bơ lạt
- 3 muỗng canh dầu ô liu
- 120 ml rượu trắng khô

- 200 mi li lít kem
- 1 giải hạt tiêu
- 1 muỗng canh vỏ chanh, nạo
- 120 G Gorgonzola
- 100 g phô mai Parmesan, nạo

Sự chuẩn bị

1. Đối với món lasagna cá hồi, nấu các tấm lasagna theo hướng dẫn trên bao bì, để ráo nước.
2. Sau đó rửa sạch phi lê cá hồi, thấm khô bằng giấy ăn, rắc nước cốt chanh, muối rồi cắt thành khối vuông.
3. Bây giờ làm nóng dầu ô liu trong chảo, xào hành tây và tỏi băm nhỏ, thêm các miếng cá và chiên sơ qua. Khuấy rượu trắng và kem và giảm nhẹ. Khuấy parmesan và nêm với vỏ chanh bào, muối và hạt tiêu.
4. Bôi dầu ô liu lên khay nướng và đổ hỗn hợp cá hồi và các đĩa mì ống vào từng lớp, trên cùng là một lớp mì ống.
5. Sau đó nghiền Gorgonzola bằng nĩa và phết lên món lasagna cùng với bơ vụn.
6. Nướng trong lò đã làm nóng trước (220°) trong 20-25 phút.

100. LASAGNE CÁ HỒI SẠCH

65 phút

4 phần ăn

Thành phần

- 900 g bông cải xanh
- 1 củ hành tây, xắt nhỏ
- 40 g bơ
- 50G bột mì
- 140ml kem
- 120ml sữa
- 80 G Gouda, nạo
- 3 muỗng thì là, xắt nhỏ
- Miếng lasagna thứ 12 (không nấu)
- 300 G cá hồi hun khói cắt lát

- 1 giải Nhục đậu khấu, xay
- 1 giải muối tiêu

Sự chuẩn bị

1. Đầu tiên, bạn rửa sạch bông cải xanh, cắt khúc nhỏ, rửa sạch và nấu trong khoảng 0,5 lít nước sôi có pha chút muối. 4 phút cho đến khi săn chắc để cắn. Sau đó lọc bông cải xanh qua rây và lấy nước nấu.
2. Đun chảy bơ trong chảo, xào các miếng hành tây cho đến khi trong mờ, rắc bột mì và xào nhanh. Dần dần thêm kem, sữa và nước bông cải xanh trong khi khuấy và đun nhỏ lửa trong khoảng 10 phút. Sau đó nêm nước sốt với hạt nhục đậu khấu, muối và hạt tiêu, thêm thì là và pho mát.
3. Phết một ít nước sốt vào đĩa thịt hầm hình chữ nhật, sau đó trải 4 tấm lasagna lên trên và trên cùng với một nửa miếng cá hồi hun khói và bông cải xanh. Che với 1/3 nước sốt. Sau đó xếp 4 tấm lasagna, cá hồi và bông cải xanh. Phết thêm một phần ba nước sốt lên trên. Trên cùng

với các tấm lasagna còn lại, trên cùng với bông cải xanh còn lại và trên cùng với nước sốt.
4. Nướng lasagna với cá hồi và bông cải xanh trong lò đã làm nóng trước (nhiệt trên/dưới: 200°C, quạt 175°C) trong khoảng 40 phút.

PHẦN KẾT LUẬN

Hãy nhớ rằng món tráng miệng nên được thưởng thức ở mức độ vừa phải, nghĩa là chỉ nên ăn một miếng vừa phải để duy trì chế độ ăn uống lành mạnh và tránh tăng cân.

www.ingramcontent.com/pod-product-compliance
Lightning Source LLC
Chambersburg PA
CBHW070425120526
44590CB00014B/1540